തോബിതിന്റെ കുഞ്ഞാട്

thobithinte kunjadu
childrens literature

•

k t mathew

•

first edition
september 2019

•

typesetting
dbh overbridge

•

published
chintha publishers, thiruvananthapuram

•

•

cover
vinod mangoes

•

വിതരണം

ദേശാഭിമാനി ബുക്ക് ഹൗസ്

H O തിരുവനന്തപുരം–695 035
phone: 0471-2303026, 6063026
www.chinthapublishers.com
chinthapublishers@gmail.com

ബ്രാഞ്ചുകൾ

ഹെഡ്ഡാഫീസ് ബ്രാഞ്ച് കുന്നുകുഴി • സ്റ്റാച്യു തിരുവനന്തപുരം • കെ എസ് ആർ ടി സി ബസ് സ്റ്റേഷൻ ആലപ്പുഴ • കെ എസ് ആർ ടി സി ബസ് സ്റ്റേഷൻ എറണാകുളം • മച്ചിങ്ങൽ ലെയ്ൻ തൃശൂർ • ഐ ജി റോഡ് കോഴിക്കോട് • മാവൂർ റോഡ് കോഴിക്കോട് • എൻ ജി ഒ യൂണിയൻ ബിൽഡിങ് കണ്ണൂർ • സെൻട്രൽ ബസ് ടെർമിനൽ കോംപ്ലക്സ് താവക്കര കണ്ണൂർ

CO - 2861 / 5128
ISBN - 978-93-89410-22-8

തോബിതിന്റെ കുഞ്ഞാട്

(ബാലസാഹിത്യം)

കെ ടി മാത്യു

ചിന്ത പബ്ലിഷേഴ്സ്
തിരുവനന്തപുരം-695 035

കെ ടി മാത്യു

തൃശൂർ ജില്ലയിലെ കാക്കശ്ശേരി ഗ്രാമത്തിൽ 1954 നവംബർ 15 ന് ജനിച്ചു. പിതാവ്: കെ എം തോമസ്, മാതാവ്: ടി എൽ ഏല്യ. പാവറട്ടി സെന്റ് ജോസഫ് എൽ പി സ്കൂൾ, സെന്റ് ജോസഫ് ഹൈസ്കൂൾ, പാവറട്ടി സംസ്കൃത കോളേജ് എന്നിവിടങ്ങളിൽ പഠനം. 1969 മുതൽ വിവിധ പ്രസിദ്ധീകരണങ്ങളിൽ കുട്ടിക്കഥകളും കുട്ടിക്കവിതകളും എഴുതി വരുന്നു. 33 വർഷം മലയാള ഭാഷാദ്ധ്യാപകനായി ജോലി ചെയ്തു. 2010 ൽ തൃശൂർ ഡി സി ഇ എ അവാർഡ് ലഭിച്ചു.

കൃതികൾ: *കാക്കക്കറുപ്പും മുക്കാൽ ചുവപ്പും, മുനിയാണ്ടിയും മണികണ്ഠനാനയും, കിങ്ങിണിയും പൊങ്ങിണിയും, കാറ്റമ്മാവനും മേഘത്തപ്പനും, കുഴിമടിയൻ കൊച്ചാപ്പി, പാച്ചുവിന്റെ പൂച്ചക്കുട്ടി, മന്ത്രക്കിണ്ണം, തീപ്പെട്ടി ചേച്ചിയുടെ ഒളിച്ചോട്ടം, തിയ്യാടി നമ്പ്യാരും നായാടി രാമനും, ബൈബിൾ കഥകൾ കുഞ്ഞുങ്ങൾക്ക്.*

ഭാര്യ   : റെജി (അദ്ധ്യാപിക)

മക്കൾ   : നവനീത, നവീൻ

വിലാസം : കുണ്ടുകുളങ്ങര
           കാക്കശ്ശേരി പി ഒ
           തൃശൂർ – 680 511

ഫോൺ   : 0487 2644860
മൊബൈൽ: 9496125779

ഉള്ളടക്കം

പ്രസാധകക്കുറിപ്പ്

രസകരവും വിജ്ഞാനപ്രദവുമായ 15 ബാലകഥക
ളുടെ സമാഹാരമാണ് *തോബിതിന്റെ കുഞ്ഞാട്*
എന്ന ഈ പുസ്തകം. പ്രസിദ്ധ ബാലസാഹിത്യ
കാരനായ കെ ടി മാത്യുവാണ് *തോബിതിന്റെ*
കുഞ്ഞാട് രചിച്ചിരിക്കുന്നത്. പുത്തൻ അറിവുകളുടെ
നുറുങ്ങുകൾ ഇടകലരുന്ന ഈ കഥകൾ വായിക്കു
വാൻ കുട്ടികൾ ഏറെ ഇഷ്ടപ്പെടും.
രസകരമായ ഈ കുഞ്ഞുകഥകൾ കുട്ടികളിൽ
എത്തിക്കുവാൻ ഞങ്ങൾക്കു സന്തോഷമുണ്ട്.

ചിന്ത പബ്ലിഷേഴ്സ്

1
തോബിതിന്റെ കുഞ്ഞാട്

പണ്ടുപണ്ട് ബെത്ലഹേം കുന്നുകളുടെ താഴ്‌വരയിൽ തോബിത് എന്നൊരു ആട്ടിടയൻ താമസിച്ചിരുന്നു.

ഒരുദിവസം പതിവുപോലെ തോബിത് കുന്നുകളുടെ മുക ളിൽ ആടുമേയ്ക്കാൻ പോയി. സന്ധ്യയായപ്പോൾ പുല്ലുതിന്നും വെള്ളം മോന്തിയും വയറുനിറഞ്ഞ ആടുകൾ സന്തോഷത്തോടെ തുള്ളിച്ചാടാൻ തുടങ്ങി.

പെട്ടെന്ന് സൂത്രക്കാരനായ സോനുക്കുറുക്കൻ അവിടെയെ ത്തി. തോബിതിന്റെ തടിച്ചുകൊഴുത്ത ആടുകളെക്കണ്ട് സോനു ക്കുറുക്കന് കൊതിയായി. 'ഒരു കുഞ്ഞാടിനെ പിടിച്ചുതിന്നാലോ?' സോനുക്കുറുക്കൻ ആലോചനയിലായി.

അപ്പോൾ തോബിതിന്റെ കൈയിലെ മുട്ടൻവടി സോനുക്കു റുക്കൻ കണ്ടു. സോനുക്കുറുക്കന് പേടിയായി. അവൻ സൂത്ര ത്തിൽ തോബിതിന്റെ അടുത്തു വന്ന് പറഞ്ഞു:

"ആടിനെ മേയ്ക്കും തോബിത്തേ
ഞാനും തുള്ളിച്ചാടട്ടെ?
നിന്നാടുകൾ തൻ കൂട്ടത്തിൽ
ഞാനും തുള്ളിച്ചാടട്ടെ?"
അതുകേട്ടപ്പോൾ തോബിത് സോനുക്കുറുക്കനോട് പറഞ്ഞു:
"തുള്ളിച്ചാടാൻ നില്‌ക്കാതെ

സോനുക്കുറുക്കാ പോയാട്ടെ!
മുട്ടൻ വടി നീ കണ്ടില്ലേ?
മണ്ടയ്ക്കിട്ടടി കിട്ടീടും!"
അതുകേട്ടപ്പോൾ സോനുക്കുറുക്കൻ വേഗം സ്ഥലംവിട്ടു.
പിറ്റേന്ന് അറവുകാരൻ ജെറമിയാച്ചേട്ടൻ ആട്ടിൻതോൽ ഉണ ക്കുന്നത് സോനുക്കുറുക്കൻ കണ്ടു. ഉടനെ സോനുക്കുറുക്കൻ ജെറമിയാച്ചേട്ടന്റെ കണ്ണുവെട്ടിച്ച് ഒരു ആട്ടിൻതോൽ എടുത്ത ണിഞ്ഞു. എന്നിട്ട്, തോബിതിന്റെ അടുത്ത് വന്ന് ആടിന്റെ സ്വര ത്തിൽ പറഞ്ഞു:

"തോബിത്തേ! ഞാൻ വഴി തെറ്റി
വന്നൊരു പാവം ആടാണ്!
അതിനാൽ നിന്നുടെ ആടുകൾ തൻ
കൂടെ ഞാനും ചേർന്നോട്ടേ?"
ആടിന്റെ വേഷത്തിൽ വന്നിരിക്കുന്നത് സോനുക്കുറുക്കനാ ണെന്ന് തോബിതിന് മനസ്സിലായി. അവൻ വീണ്ടും സോനുക്കു റുക്കനോട് പറഞ്ഞു:

"ആട്ടിൻതോല് പുതച്ചീടില്
അറിയുകയില്ലെന്നോർത്തോ നീ
വേഷം കെട്ടല് നിർത്തിക്കോ
സോനുക്കുറുക്കാ സൂക്ഷിച്ചോ!"

തന്റെ സൂത്രം ഫലിക്കില്ലെന്ന് മനസ്സിലായപ്പോൾ സോനു ക്കുറുക്കൻ വീണ്ടും സ്ഥലംവിട്ടു.

അന്നുരാത്രി, മാലാഖമാർ പാടുന്ന പാട്ട് കേട്ട് തോബിത് ഞെട്ടിയുണർന്നു. അപ്പോഴതാ, മാനത്ത് ഒരു അത്ഭുതനക്ഷത്രം! മാത്രമല്ല, കൂട്ടുകാർ ആടുകളുമായി വേഗത്തിൽ നടന്നുപോകു ന്നുമുണ്ട്! ഉടനെ തോബിത് അവരോട് ചോദിച്ചു:

"നട്ടപ്പാതിര നേരത്ത്
ആടുകളെയും കൂട്ടീട്ട്
എങ്ങോട്ടോടിപ്പോകുന്നു
കൂട്ടുകാരേ ചൊന്നാലും!"

അപ്പോൾ അടുത്തുള്ള കാലിത്തൊഴുത്തിൽ ഉണ്ണിയേശു പിറന്ന വിശേഷ വാർത്ത അവർ തോബിതിനെ അറിയിച്ചു. ഉടനെ തോബിതിനും ഉണ്ണിയേശുവിനെ കാണണമെന്ന് തോന്നി. അവൻ ആടുകളുടെ അടുത്തേക്കോടി. അപ്പോഴതാ, ആട്ടിൻ കൂട് തുറന്നു കിടക്കുന്നു! സോനുക്കുറുക്കൻ ഒരു കുഞ്ഞാടിനെ ഓടി ച്ചുകൊണ്ടുപോയെന്ന് ആടുകൾ തോബിതിനോട് പറഞ്ഞു. തോബിതിന് സങ്കടമായി.

അവൻ വടിയും വിളക്കുമെടുത്ത് കുഞ്ഞാടിനെത്തേടി പുറ പ്പെട്ടു.

പക്ഷേ, കുറെ നടന്നിട്ടും തോബിതിന് കുഞ്ഞാടിനെ കണ്ടെ ത്താനായില്ല. അപ്പോഴതാ, അമ്പിളിയമ്മാവൻ മാനത്ത് ചിരിച്ചു കൊണ്ട് നില്ക്കുന്നു. തോബിതിനെ കണ്ടപ്പോൾ അമ്പിളിയമ്മാ വൻ പറഞ്ഞു:

"തോബിതേ ഉണ്ണിയേശുവിനെ കാണാനായി നീ പോകുക. അപ്പോൾ അവിടെയുണ്ടാകും കാണാതായ കുഞ്ഞാട്!"

തോബിതിന് സന്തോഷമായി. അവൻ വേഗം ഉണ്ണിയേശു വിന്റെ അടുത്തേക്കോടി.

അപ്പോൾ തോബിതിന്റെ കൂട്ടുകാരെല്ലാം അവിടെ എത്തിക്കഴി
ഞ്ഞിരുന്നു. തോബിത് നോക്കിയപ്പോഴതാ കാലിത്തൊഴുത്തിൽ
ഉണ്ണിയേശുവിന്റെ അടുത്ത് തന്റെ പ്രിയപ്പെട്ട കുഞ്ഞാട്!
തോബിത് വേഗം കുഞ്ഞാടിനെ എടുത്ത് തോളത്തുവെച്ചു. എന്നി
ട്ട്, ഉണ്ണിയേശുവിനെ കുമ്പിട്ടാരാധിച്ചു.

അമ്പിളിയമ്മാവനാണ് സോനുക്കുറുക്കന്റെ കൈയിൽനിന്ന്
തന്നെ രക്ഷിച്ചതെന്ന് കുഞ്ഞാട് തോബിതിനോട് പറഞ്ഞു. അതു
കേട്ടപ്പോൾ തോബിതിനും കൂട്ടുകാർക്കും അതിശയമായി.

വീട്ടിലേക്ക് മടങ്ങുമ്പോൾ തോബിത് അമ്പിളിയമ്മാവനോട്
നന്ദി പറഞ്ഞു. അപ്പോൾ അമ്പിളിയമ്മാവനിൽ കുഞ്ഞാടിന്റെ
ആകൃതിയിൽ ഒരടയാളം പതിഞ്ഞുകിടക്കുന്നത് തോബിതും
കൂട്ടുകാരും കണ്ടു.

അമ്പിളിയമ്മാവന്റെ മടിയിലുള്ള ആ കുഞ്ഞാടിനെ കണ്ടി
ട്ടാണത്രേ, ഇന്നും രാത്രിയിൽ നിലാവുദിക്കുമ്പോൾ കുറുക്കന്മാർ
ഓരിയിടുന്നത്!

2
പേനുണ്ണിയും കൂട്ടുകാരും

പണ്ടുപണ്ട് പേനുകൾക്ക് ചിറകുണ്ടായിരുന്ന കാലം. അക്കാ ലത്ത് പേനകത്ത് കുറെ അഹങ്കാരികളായ പേനുകൾ പാർത്തി രുന്നു. പേനുണ്ണിയായിരുന്നു പേനുകളുടെ നേതാവ്.

അങ്ങനെയിരിക്കെ, ഒരുദിവസം പേനുണ്ണിയും കൂട്ടുകാരും ചോരകുടിക്കാനിറങ്ങി. അങ്ങനെ പറന്നുപറന്ന് അവർ പോത്ത ന്നൂരെത്തി. അപ്പോൾ പോത്തമ്പിള്ളി മനയ്ക്കലെ ഉണ്ണി നമ്പൂ തിരിയായയ ചാത്തുക്കുട്ടി ചാരുപടിയിൽ കിടന്നുറങ്ങുന്നത് പേനുണ്ണി കണ്ടു. ഉടനെ പേനുണ്ണി കൂട്ടുകാരോട് പറഞ്ഞു:

"ചാരുപടിയിൽ ചാരിക്കിടന്ന്
ചാത്തുക്കുട്ടിയുറങ്ങുന്നു!
ചോരകുടിക്കാൻ വന്നാലും
കൂട്ടുകാരേ വന്നാലും!"

ഉടനെ എല്ലാവരും ആർത്തട്ടഹസിച്ചുകൊണ്ട് ചാത്തുക്കുട്ടി യുടെ തലയിൽ ചെന്നിരുന്ന് ചോരകുടിക്കാൻ തുടങ്ങി. പാവം ചാത്തുക്കുട്ടി! അവൻ ഉറക്കത്തിൽ പിറുപിറുക്കാനും തലമാ ന്താനും തുടങ്ങി. ചാത്തുക്കുട്ടി പിറുപിറുത്തുകൊണ്ട് തലമാ ന്തുന്നത് അവന്റെ അമ്മ കുഞ്ഞാത്തോലമ്മ കണ്ടു. കുഞ്ഞാ ത്തോലമ്മയ്ക്ക് കാര്യം മനസ്സിലായി. അവർ ചാത്തുക്കുട്ടിയെ

വിളിച്ചുണർത്തിയിട്ട് പറഞ്ഞു:
"ചാത്തുക്കുട്ടീ നിൻ തലയിൽ
ഒത്തിരി പേനുകളുണ്ടല്ലോ!
അതിനാൽ ചീർപ്പുമെടുത്തമ്മ
ചീകിക്കളയാം പേനുകളെ!"

എന്നിട്ട് കുഞ്ഞാത്തോലമ്മ ഒരു ചീപ്പുമായി വന്ന് ചാത്തു ക്കുട്ടിയുടെ തല നന്നായി ചീകാൻ തുടങ്ങി. പേനുണ്ണിക്കും കൂട്ടു കാർക്കും പേടിയായി. അവർ കുഞ്ഞാത്തോലമ്മയുടെ കണ്ണു വെട്ടിച്ച് ചാത്തുക്കുട്ടിയുടെ തലയിൽനിന്ന് 'ചടപടാ' പറന്നു രക്ഷ പ്പെട്ടു!

അങ്ങനെ പറന്നുപറന്ന് പേനുണ്ണിയും കൂട്ടുകാരും കുറവ യൂരെത്തി. അപ്പോഴതാ കുരങ്ങന്തറയിലെ കുരങ്ങാട്ടിയമ്മൂമ്മയുടെ പേരക്കിടാവ് കോരുണ്ണിക്കുട്ടൻ ഉച്ചയൂണും കഴിഞ്ഞ് ഉമ്മറത്തി ണ്ണയിൽ കുരങ്ങുണ്ണിയോടൊപ്പം കിടന്നുങ്ങുന്നു! ഉടനെ പേനുണ്ണി കൂട്ടുകാരോട് പറഞ്ഞു:

"തിണ്ണയിൽ നന്നായി ചുരുണ്ടുകൂടി
കോരുണ്ണിക്കുട്ടനുറങ്ങുന്നു!
ചോരകുടിക്കാൻ വന്നാലും!
കൂട്ടുകാരേ വന്നാലും!"

ഉടനെ എല്ലാവരും ആർത്തട്ടഹസിച്ചുകൊണ്ട് കോരുണ്ണിക്കു
ട്ടന്റെ തലയിൽ ചെന്നിരുന്ന് ചോരകുടിക്കാൻ തുടങ്ങി. പാവം,
കോരുണ്ണിക്കുട്ടൻ! അവൻ ഉറക്കെത്തിൽ പിറുപിറുക്കാനും തല
മാന്താനും തുടങ്ങി.

ഇത് കുരങ്ങാട്ടിയമ്മൂമ്മ കണ്ടു. കുരങ്ങാട്ടിയമ്മൂമ്മയ്ക്ക്
കാര്യം മനസ്സിലായി.

അവർ കോരുണ്ണിക്കുട്ടനെയും കുരങ്ങുണ്ണിയെയും വിളിച്ചു
ണർത്തിയിട്ട് പറഞ്ഞു:

"കോരുണ്ണിക്കുട്ടാ നിൻ തലയിൽ
നിറയെപ്പേനുകളാണല്ലോ!
അതിനാലിപ്പോൾ കുരങ്ങുണ്ണി
നിന്നുടെ തലയിൽ പേൻ നോക്കും!"

കുരങ്ങാട്ടിയമ്മൂമ്മ പറഞ്ഞുതീർന്ന ഉടനെ കുരങ്ങുണ്ണി
കോരുണ്ണിക്കുട്ടന്റെ തോളിൽ ചാടിക്കയറി. എന്നിട്ട് തലയിൽ പേൻ
നോക്കാൻ തുടങ്ങി. പേനുണ്ണിക്കും കൂട്ടുകാർക്കും പേടിയായി.
അവർ കുരങ്ങുണ്ണിയുടെ കണ്ണുവെട്ടിച്ച് കോരുണ്ണിക്കുട്ടന്റെ തല
യിൽനിന്ന് 'ചടപടാ' പറന്നു രക്ഷപ്പെട്ടു!

അങ്ങനെ പറന്നുപറന്ന് പേനുണ്ണിയും കൂട്ടുകാരും ആമ്പ
ല്ലൂരെത്തി. അപ്പോഴതാ അമ്പലനടയിലെ ആൽത്തറയിൽ ഒരു
സന്ന്യാസിയപ്പൂപ്പൻ ഇരിക്കുന്നു. പേനുണ്ണിയും കൂട്ടുകാരും
സന്ന്യാസിയപ്പൂപ്പന്റെ തലയിൽ കടന്നുകയറി. പെട്ടെന്ന് പേനു
ണ്ണിയും കൂട്ടുകാരും ശരിക്കും അമ്പരന്നുപോയി. സന്ന്യാസിയ
പ്പൂപ്പന്റെ ജടയിൽ കിടന്ന് ചോര കുടിക്കാനാവാതെ പേനുണ്ണിയും
കൂട്ടുകാരും വല്ലാതെ വിഷമിച്ചു.

ഒടുവിൽ എന്തുണ്ടായെന്നോ? പേനുണ്ണിയുടെയും കൂട്ടുകാ
രുടെയും ചിറകുകൾ സന്ന്യാസിയപ്പൂപ്പന്റെ ജടയിൽ ഒട്ടിപ്പോയി!
സന്ന്യാസിയപ്പൂപ്പൻ ഒരുതരം പശ തേച്ചിട്ടാണ് മുടി ജടയാക്കി

യിരിക്കുന്നതെന്ന് പേനുണ്ണിക്കും കൂട്ടുകാർക്കുമുണ്ടോ അറി
യുന്നു?

കുറച്ചുകഴിഞ്ഞപ്പോൾ പേനുണ്ണിയും കൂട്ടുകാരും പഠിച്ച
പണി പതിനെട്ടും പയറ്റി ഒരു വിധത്തിൽ രക്ഷപ്പെട്ടു. അപ്പോഴോ?
അവരുടെ ചിറകുകൾ നഷ്ടപ്പെട്ടു കഴിഞ്ഞിരുന്നു!

പേനുണ്ണിക്കും കൂട്ടുകാർക്കും സങ്കടമായി. അവർ കരഞ്ഞു
കൊണ്ട് സന്ന്യാസിയപ്പൂപ്പനോട് നടന്നതെല്ലാം പറഞ്ഞു.
അപ്പോൾ സന്ന്യാസിയപ്പൂപ്പൻ പറഞ്ഞു:

"നഷ്ടപ്പെട്ട ചിറകുകളൊന്നും
തിരിച്ചുകിട്ടില്ലൊരു നാളും!
ആർക്കും നന്നല്ലഹങ്കാരം
അറിഞ്ഞുകൊള്ളൂ പേനുകളേ!"

അഹങ്കാരത്തിനുള്ള ശിക്ഷയാണ് കിട്ടിയിരിക്കുന്നത് എന്ന്
കേട്ടപ്പോൾ പേനുണ്ണിയും കൂട്ടുകാരും നാണിച്ച് പേനകത്തേ
ക്കുതന്നെ തിരികെ പോയി.

അന്നു തൊട്ടാണത്രേ, പേനുകൾക്ക് ചിറകില്ലാതായതും
അവ മനുഷ്യരുടെ തലയിൽത്തന്നെ ഒളിച്ച് താമസിക്കാൻ തുട
ങ്ങിയതും!

3

തത്തയ്യനും താമരപ്പൂക്കളും

പണ്ടുപണ്ട് താമരയൂരിൽ ഒരു താമരക്കുളമുണ്ടായിരുന്നു. ആ താമരക്കുളത്തിൽ ദിവസവും കുറേ താമരപ്പൂക്കൾ വിരിഞ്ഞു നില്ക്കാറുണ്ട്. താമരക്കുളത്തിന്റെ കരയിൽ ഒരു ചെറിയ ഞാവൽ മരവുമുണ്ടായിരുന്നു.

ഒരുദിവസം വണ്ടന്നൂരിൽനിന്ന് വണ്ടുണ്ണിയും കൂട്ടുകാരും അതുവഴി വന്നു. താമരപ്പൂക്കൾ കണ്ടപ്പോൾ വണ്ടുണ്ണിക്കും കൂട്ടു കാർക്കും കൊതിയായി. അവർ വേഗം താമരപ്പൂക്കളിൽനിന്ന് തേൻ കുടിക്കാൻ തുടങ്ങി. പക്ഷേ, വയറുനിറയെ തേൻ കുടി ച്ചിട്ടും വണ്ടുണ്ണിയും കൂട്ടുകാരും താമരപ്പൂക്കളിൽനിന്ന് പറന്നു പോകാതിരിക്കുന്നതു കണ്ട് ഞാവൽ മരം പറഞ്ഞു:

"വണ്ടുണ്ണീ നീ കൂട്ടരുമൊത്ത്
വണ്ടന്നൂരിൽ പോയാട്ടെ!
സൂര്യൻ കടലിൽ താഴാറായ്
താമരപ്പൂക്കൾ കൂമ്പാറായ്!"

ഞാവൽമരം പറഞ്ഞത് വണ്ടുണ്ണിക്കും കൂട്ടുകാർക്കും ഇഷ്ട മായില്ല. വണ്ടുണ്ണി ഞാവൽമരത്തെ പരിഹസിക്കുന്ന മട്ടിൽ പറഞ്ഞു:

"സൂര്യൻ കടലിൽ താഴ്ന്നോട്ടെ

താമരപ്പൂക്കൾ കൂമ്പട്ടെ!
അപ്പോൾ താമരയ്ക്കുള്ളിലിരുന്ന്
വണ്ടുകൾ ഞങ്ങൾ മയങ്ങീടും!"
ഉടനെ വരാൻ പോകുന്ന ആപത്ത് മനസ്സിലാക്കി ഞാവൽ മരം പറഞ്ഞു:
"രാത്രിയിൽ ആനകൾ വന്നീടും
താമരവള്ളി പറിച്ചീടും!
താമരവള്ളിക്കൊപ്പം നിങ്ങളെ
ആനകളയ്യോ, തിന്നീടും!"
അത് കേട്ടിട്ടും വണ്ടുണ്ണിക്കും കൂട്ടുകാർക്കും ഒരു കുലുക്ക വുണ്ടായില്ല. തന്നെയുമല്ല, വണ്ടുണ്ണി പറഞ്ഞത് കേൾക്കണോ?
"രാത്രിയിലാനകൾ എത്തുമ്പോൾ
ഞങ്ങളുണർന്ന് മൂളീടും!
അതുകേട്ടാനകൾ പെട്ടെന്ന്
കാട്ടിലേക്ക് വിരണ്ടോടും!"
വണ്ടുണ്ണിയുടെ അഹങ്കാരം കണ്ട് ഞാവൽമരത്തിന് ചിരി വന്നു. അതു കണ്ട് വണ്ടുണ്ണിക്കും കൂട്ടുകാർക്കും കലികയറി. തേൻ കുടിച്ച് മത്തുപിടിച്ച അവർ എന്തു ചെയ്തെന്നോ? ഇത ളുകൾ കീറിമുറിച്ച് താമരപ്പൂക്കൾ നശിപ്പിക്കുവാൻ തുടങ്ങി. അപ്പോൾ താമരപ്പൂക്കൾക്ക് സങ്കടമായി. അവർ കരഞ്ഞുകൊണ്ട് വണ്ടുണ്ണിയോടും കൂട്ടുകാരോടും പറഞ്ഞു:
"അയ്യോ! ഇതളുകൾ കീറല്ലേ
ഞങ്ങളെ ഇല്ലാതാക്കല്ലേ!
നാളെ സൂര്യനുദിക്കുമ്പോൾ
ഞങ്ങൾക്കിനിയും വിരിയേണം!"
പക്ഷേ, അഹങ്കാരികളായ വണ്ടുണ്ണിയും കൂട്ടുകാരുമുണ്ടോ അത് കേൾക്കുന്നു? അവർ വാശിയോടെ താമരപ്പൂക്കൾ നശിപ്പി ക്കുവാൻ തുടങ്ങി. താമരപ്പൂക്കളാകട്ടെ കരച്ചിലോടു കരച്ചിലും!
പെട്ടെന്ന്, തത്തയ്യൻ എന്നൊരു തത്ത അതുവഴി വന്നു. ഉഗ്രൻ മന്ത്രവാദിയല്ലേ തത്തയ്യൻ! തത്തയ്യൻ ഞാവൽ മരത്തിൽ ഇരുന്ന് പഴങ്ങൾ തിന്നാൻ തുടങ്ങിയപ്പോൾ അത് ഒരു കരച്ചിൽ!

കെ ടി മാത്യു

തത്തയ്യൻ ഉടനെ ഞാവൽ മരത്തോട് ചോദിച്ചു:

"ഞാവൽ മരമേ ചങ്ങാതീ
ആരാണിവിടെക്കരയുന്നു?
ആരായാലും ചൊല്ലീടൂ
കണ്ണീരൊപ്പാം തത്തയ്യൻ!"

അപ്പോൾ ഞാവൽ മരം തത്തയ്യനോട് കാര്യം പറഞ്ഞു. ഉടനെ തത്തയ്യൻ താമരക്കുളത്തിലേക്ക് പറന്നു. എന്നിട്ട്, താമര പ്പൂക്കളെ ആശ്വസിപ്പിച്ചുകൊണ്ട് പറഞ്ഞു:

"താമരപ്പൂക്കളേ കരയല്ലേ
തേങ്ങിത്തേങ്ങിക്കരയല്ലേ!
നല്ലൊരു ശിക്ഷ കൊടുക്കാം ഞാൻ
വണ്ടുണ്ണിക്കും കൂട്ടർക്കും!"

അതുകേട്ടപ്പോൾ താമരപ്പൂക്കൾക്ക് സമാധാനമായി. പക്ഷേ, വണ്ടുണ്ണിക്കും കൂട്ടുകാർക്കുമുണ്ടോ വല്ല കുലുക്കവും! അവർ താമരപ്പൂക്കൾ തുളച്ച് രസിച്ചു!

അതുകണ്ട് തത്തയ്യന് കോപം വന്നു. തത്തയ്യൻ ഒരു മന്ത്രം ചൊല്ലി. പെട്ടെന്ന് വണ്ടുണ്ണിക്കും കൂട്ടുകാർക്കും ചിറകില്ലാതാ യി. അതുകണ്ട് അവർക്ക് പേടിയായി. വണ്ടുണ്ണിയും കൂട്ടുകാരും

വേഗം താമരപ്പൂക്കളിൽ നിന്ന് പറന്നു രക്ഷപ്പെടുവാൻ നോക്കി. അപ്പോഴോ? അവർ പെട്ടെന്ന് താമരക്കുളത്തിലേക്ക് ഉരുണ്ടുവീണു.

ഉടനെ, തത്തയ്യൻ താമരപ്പൂക്കളുടെ ഇതളുകളെല്ലാം മന്ത്രം ചൊല്ലി ശരിയാക്കിക്കൊടുത്തു. താമരപ്പൂക്കൾക്ക് സന്തോഷമായി. അവർ ഞാവൽ മരത്തിനോടും തത്തയ്യനോടും നന്ദി പറഞ്ഞു.

എന്നാൽ, വെള്ളത്തിൽ വീണ വണ്ടുണ്ണിയും കൂട്ടുകാരുമായ കട്ടെ നേരെ താമരക്കുളത്തിന്റെ അടിയിൽ ചെന്നുവീണു. പിന്നീട് കുറെക്കാലത്തേക്ക് അവർക്ക് താമരക്കുളത്തിൽ നിന്ന് പുറത്തു വരാനായില്ല.

കുറേക്കാലം കഴിഞ്ഞ് അവർ വെള്ളത്തിൽ നിന്ന് പുറത്തു വന്നു. അപ്പോഴോ? കട്ടിയുള്ള പുറന്തോടും അകത്തേക്കും പുറത്തേക്കും വലിക്കാവുന്ന കൈകാലുകളും തലയുമുള്ള അത്ഭുതജീവികളായി അവരെല്ലാം മാറിക്കഴിഞ്ഞിരിക്കുന്നു! അങ്ങനെയാണത്രേ, നാം ഇന്നു കാണുന്ന ആമകൾ ഉണ്ടായത്!

4

പണിയപ്പനും കെണിയപ്പനും

പണ്ടുപണ്ട് പണിക്കശ്ശേരി ദേശത്ത് ഒരു പണിയപ്പനും കെണിയപ്പനും പാർത്തിരുന്നു. വളരെ നല്ലവനായിരുന്നു പണി യപ്പൻ! അയാൾ ദിവസവും സ്വന്തം പച്ചക്കറിത്തോട്ടത്തിൽ കൃഷി പ്പണി ചെയ്താണ് ജീവിച്ചുവന്നത്.

എന്നാൽ മഹാദുഷ്ടനും മടിയനുമായിരുന്നു കെണിയപ്പൻ. അയാൾ എപ്പോഴും മറ്റുള്ളവരെ ഉപദ്രവിച്ചുകൊണ്ടിരിക്കും.

അങ്ങനെയിരിക്കെ, ഒരുദിവസം കെണിയപ്പൻ ദൂരദേശ ത്തുള്ള ദുഷ്ടപ്പൻ മന്ത്രവാദിയെ ചെന്നുകണ്ടു. എന്നിട്ടു പറഞ്ഞു:

"മന്ത്രവാദീ ദുഷ്ടപ്പാ
സൂത്രവിദ്യ പറഞ്ഞു തരൂ!
മറ്റുള്ളവരെ ദ്രോഹിക്കാനൊരു
സൂത്രവിദ്യ പറഞ്ഞുതരൂ!"

ഉടനെ, ദുഷ്ടപ്പൻ മന്ത്രവാദി ഒരു മാന്ത്രികശൂലം കൈയി ലെടുത്തു. എന്നിട്ട് കെണിയപ്പനോട് പറഞ്ഞു: "കെണിയപ്പാ കെണിയപ്പാ, നിന്റെ നാക്കത്ത് ഞാനൊരു മന്ത്രവിദ്യ കുറിച്ചു തരാം! അപ്പോൾ നിനക്ക് എളുപ്പത്തിൽ മറ്റുള്ളവരെ ദ്രോഹി ക്കാൻ കഴിയും!

കെണിയപ്പന് സന്തോഷമായി. അവൻ വേഗം നാക്ക് പുറ
ത്തേക്ക് നീട്ടി. ദുഷ്ടപ്പൻ മന്ത്രവാദി മാന്ത്രികശൂലംകൊണ്ട്
കെണിയപ്പന്റെ നാക്കത്ത് എന്തോ എഴുതി. അതിശയം! പെട്ടെന്ന്
കെണിയപ്പന്റെ നാവിൽ ഒരു വലിയ കറുത്ത പുള്ളി തെളിഞ്ഞു.

അപ്പോൾ കെണിയപ്പൻ ചോദിച്ചു: ഈ "കരിനാക്കുകൊണ്ട്
ഞാൻ എന്താണ് ചെയ്യേണ്ടത്?" ഉടനെ ദുഷ്ടപ്പൻ മന്ത്രവാദി
പറഞ്ഞു:

"മറ്റുള്ളവരെ ദ്രോഹിക്കാൻ
നിനക്കു തോന്നും നേരത്ത്
കരിനാക്കാൽ നീ അവരോട്
വായിൽ വന്നതു പറയേണം!"

എന്നിട്ട് ദുഷ്ടപ്പൻ മന്ത്രവാദി കെണിയപ്പന് കാര്യം വിശദീ
കരിച്ചുകൊടുത്തു. "നീ എന്തിനെക്കുറിച്ചെങ്കിലും നല്ല അഭി
പ്രായം പറഞ്ഞാൽ മതി. അവന്റെ കഥ കഴിയും!", കെണിയ
പ്പന് പിന്നെയും സന്തോഷമായി. അതുകണ്ട് ദുഷ്ടപ്പൻ മന്ത്ര

വാദി പറഞ്ഞു: "പക്ഷേ, ഒരു കാര്യമുണ്ട് കെണിയപ്പാ, എന്റെ മുന്നിൽവെച്ച് ആരോടെങ്കിലും ഇങ്ങനെ പറഞ്ഞാൽ നിന്റെ മന്ത്ര വിദ്യ പെട്ടെന്ന് നഷ്ടമാകും!" കെണിയപ്പൻ സമ്മതിച്ചു.

വൈകാതെ കെണിയപ്പൻ പണിയപ്പന്റെ കൃഷിസ്ഥലത്തെ ത്തി. പാവം, പണിയപ്പനുണ്ടോ ഇതു വല്ലതും അറിയുന്നു? അവൻ പച്ചക്കറികളിലെ പച്ചിലപ്പുഴുക്കളെ എടുത്തുകളയുമ്പോ ഴാണ് കെണിയപ്പന്റെ വരവ്! വന്നപാടെ, മൂത്ത മത്തങ്ങകളിലാണ് കെണിയപ്പന്റെ കണ്ണ് പതിഞ്ഞത്. ഉടനെ മത്തങ്ങകളെ നോക്കി കെണിയപ്പൻ പറഞ്ഞു: "പണിയപ്പാ, നിന്റെ മത്തങ്ങയ്ക്കൊക്കെ എന്തൊരു വലുപ്പമാ!" ഇത്രയും പറഞ്ഞിട്ട് കെണിയപ്പൻ സ്ഥലം വിട്ടു.

പിറ്റേന്ന്, പണിയപ്പൻ പച്ചക്കറിത്തോട്ടത്തിൽ വന്നപ്പോൾ കണ്ട കാഴ്ചയെന്താണെന്നോ? മത്തങ്ങകളെല്ലാം ചീഞ്ഞു കിട ക്കുന്നു! പണിയപ്പന് സങ്കടമായി.

കുറച്ചു ദിവസങ്ങൾക്കുശേഷം കെണിയപ്പൻ വീണ്ടും പണി യപ്പന്റെ പച്ചക്കറിത്തോട്ടത്തിൽ വന്നു. വന്നപാടെ, മൂത്ത കുമ്പ ളങ്ങകളിലാണ് കെണിയപ്പന്റെ കണ്ണ് പതിഞ്ഞത്! ഉടനെ കുമ്പ ളങ്ങകളെ നോക്കി കെണിയപ്പൻ പറഞ്ഞു: "ആഹാ! കുമ്പളങ്ങ യ്ക്കൊക്കെ നല്ല വലുപ്പമുണ്ടല്ലോ!"

പണിയപ്പൻ അപ്പോഴും മറുപടിയൊന്നും പറഞ്ഞില്ല.

പിറ്റേന്ന്, പണിയപ്പൻ പച്ചക്കറിത്തോട്ടത്തിൽ വന്നപ്പോൾ കണ്ട കാഴ്ചയെന്താണെന്നോ? കുമ്പളങ്ങകളെല്ലാം പഴുത്ത് ചീഞ്ഞു കിടക്കുന്നു! പണിയപ്പന് പിന്നെയും സങ്കടമായി.

അപ്പോഴാണ് നല്ലളത്തെ നല്ലവനായ നല്ലപ്പൻ മന്ത്രവാദി അവിടെ വന്നത്. കുമ്പളങ്ങയും മത്തങ്ങയുമൊക്കെ ചീഞ്ഞു പോയതിന്റെ രഹസ്യം നല്ലപ്പൻ മന്ത്രവാദി പണിയപ്പനോട് പറ ഞ്ഞു. അതുകേട്ടപ്പോൾ പണിയപ്പന് പേടിയായി. അപ്പോൾ നല്ല പ്പൻ മന്ത്രവാദി ദുഷ്ടപ്പൻ മന്ത്രവാദിയുടെ ഒരു കോലമുണ്ടാക്കി പണിയപ്പന് കൊടുത്തു.

പണിയപ്പന് സന്തോഷമായി. പണിയപ്പൻ, മന്ത്രവാദി പറ ഞ്ഞതനുസരിച്ച് ദുഷ്ടപ്പന്റെ കോലം പച്ചക്കറിത്തോട്ടത്തിൽ വെച്ചു.

പിറ്റേന്ന്, കെണിയപ്പൻ വീണ്ടും പണിയപ്പന്റെ പച്ചക്കറി ത്തോട്ടത്തിൽ വന്നു. അപ്പോൾ തനിക്ക് മന്ത്രവിദ്യ സമ്മാനിച്ച ദുഷ്ടപ്പൻ മന്ത്രവാദി അവിടെ വന്നു നില്ക്കുന്നതായാണ് കെണി യപ്പൻ കണ്ടത്! വെറുമൊരു കോലമാണെന്ന് കെണിയപ്പനുണ്ടോ മനസ്സിലാവുന്നു? പേടിച്ചു കിടുങ്ങങ്ങിയ കെണിയപ്പൻ കരിനാ ക്കുകൊണ്ട് എന്തെങ്കിലും പറഞ്ഞാൽ മന്ത്രവിദ്യ നഷ്ടപ്പെടു മെന്ന് വിചാരിച്ച് ഓടെടാ ഓട്ടം! അതു കണ്ടപ്പോൾ പണിയപ്പന് സന്തോഷമായി.

പിന്നീട് പണിയപ്പന്റെ പച്ചക്കറിത്തോട്ടത്തിലേക്ക് കെണി യപ്പൻ തിരിഞ്ഞു നോക്കിയിട്ടേയില്ല! അന്നു തൊട്ടാണത്രെ കരി നാക്കുള്ളവരുടെ കണ്ണുതട്ടാതിരിക്കാൻ ആളുകൾ കൃഷിയിടങ്ങ ളിലും മറ്റും കോലമുണ്ടാക്കി വെക്കാൻ തുടങ്ങിയത്!

<h1 style="text-align:center">5</h1>

<h1 style="text-align:center">ചായപ്പെൻസിലുകളുടെ അഹങ്കാരം!</h1>

പണ്ടുപണ്ട് ചായ്പംകുഴി ദേശത്തെ ചായ്പംകുളങ്ങര വീട്ടിൽ ചോയിക്കുട്ടി എന്നൊരു കുട്ടിയുണ്ടായിരുന്നു. ചോയി ക്കുട്ടിയുടെ കൈയിൽ കാണാൻ ചന്തമുള്ള ഒരു ചായപ്പെട്ടിയും അതിൽ കുറെ ചായപ്പെൻസിലുകളും ഉണ്ടായിരുന്നു. പക്ഷേ, മഹാ അഹങ്കാരികളും മേലനങ്ങാക്കള്ളന്മാരുമായിരുന്നു ആ ചായപ്പെൻസിലുകൾ!

ഒരുദിവസം ചോയിക്കുട്ടി ചായപ്പെട്ടിയിൽനിന്ന് ചുവന്ന ചായപ്പെൻസിൽ എടുത്ത് ചെത്തിപ്പൂക്കളുടെ ചിത്രം വരയ്ക്കാൻ തുടങ്ങി. അപ്പോൾ ചുവന്ന ചായപ്പെൻസിൽ ദേഷ്യത്തോടെ പറഞ്ഞു:

"ചിത്രം വരയ്ക്കും ചോയിക്കുട്ടീ
ചിത്രം വര നീ നിർത്തിക്കോ!
ചെത്തിപ്പൂക്കൾ വരച്ചെന്നാൽ
തീരും ചായപ്പെൻസിൽ ഞാൻ!"

അപ്പോൾ ചോയിക്കുട്ടി ചുവന്ന ചായപ്പെൻസിൽ ചായപ്പെ ട്ടിയിലിട്ടു. ചുവന്ന ചായപ്പെൻസിലിന് സന്തോഷമായി. ഉടനെ ചോയിക്കുട്ടി ഒരു കൊമ്പനാനയുടെ ചിത്രം വരയ്ക്കാൻ തുട ങ്ങി. അപ്പോൾ കറുത്ത ചായപ്പെൻസിൽ ദേഷ്യത്തോടെ പറഞ്ഞു:

"ചിത്രം വരയ്ക്കും ചോയിക്കുട്ടീ
ചിത്രം വര നീ നിർത്തിക്കോ!
കൊമ്പനാനയെ വരച്ചെന്നാൽ
തീരും ചായപ്പെൻസിൽ ഞാൻ!"

അപ്പോൾ ചോയിക്കുട്ടി കറുത്ത ചായപ്പെൻസിൽ ചായപ്പെ
ട്ടിയിലിട്ടു. കറുത്ത ചായപ്പെൻസിലിന് സന്തോഷമായി.

ഉടനെ ചോയിക്കുട്ടിക്ക് ഒരു പൂന്തോട്ടത്തിന്റെ ചിത്രം വര
യ്ക്കണമെന്ന് തോന്നി. 'എല്ലാ ചായപ്പെൻസിലും ഉപയോഗിക്കു
മ്പോൾ ഒരു ചായപ്പെൻസിൽ തീരുന്നു എന്ന പരാതി ഉണ്ടാ
കില്ല!', ചോയിക്കുട്ടി വിചാരിച്ചു. പക്ഷേ, ചിത്രം വര തുടങ്ങിയ
പ്പോഴോ? എല്ലാ ചായപ്പെൻസിലുകളും ദേഷ്യത്തോടെ പറഞ്ഞു:

"ചിത്രം വരയ്ക്കും ചോയിക്കുട്ടീ
ചിത്രം വര നീ നിർത്തിക്കോ!

പൂന്തോട്ടം നീ വരച്ചെന്നാൽ
തീരും ചായപ്പെൻസിലുകൾ!"

അപ്പോൾ ചോയിക്കുട്ടി ചായപ്പെൻസിലുകൾ ചായപ്പെട്ടിയി
ലിട്ടു. ചായപ്പെൻസിലുകൾക്ക് സന്തോഷമായി. ചോയിക്കുട്ടി
ചിത്രം വരയ്ക്കാൻ കഴിയാതെ വിഷമിച്ചിരിക്കുന്നത് കണ്ട് ചായ
പ്പെട്ടി പറഞ്ഞു:

"ചോയിക്കുട്ടീ ചങ്ങാതീ
ചായപ്പെൻസിൽക്കുട്ടന്മാരുടെ
അഹന്തകളെല്ലാം നീക്കീടാൻ
നല്ലൊരു പോംവഴിയുണ്ടല്ലോ!"

"അതെന്തുവഴിയാണ്?", ചോയിക്കുട്ടി ചോദിച്ചു. അപ്പോൾ
ചായപ്പെട്ടി ചോയിക്കുട്ടിക്ക് ഒരു സൂത്രം പറഞ്ഞുകൊടുത്തു.

അന്ന് സന്ധ്യക്ക് ചോയിക്കുട്ടി ചായപ്പെട്ടി തുറന്നു. അപ്പോൾ
ചായപ്പെൻസിലുകൾ നിറങ്ങളുടെ രാജാക്കന്മാരെപ്പോലെ ഞെളി
ഞ്ഞിരിക്കുകയാണ്! ചോയിക്കുട്ടി ചുവന്ന ചായപ്പെൻസിലിന്
സന്ധ്യാസമയത്തെ ചുവന്ന ആകാശം കാണിച്ചു കൊടുത്തിട്ടു
പറഞ്ഞു:

"പെൻസിൽകുട്ടാ, പെൻസിൽ കുട്ടാ
ചെഞ്ചായം നീ കണ്ടില്ലേ?
ചിത്രം വരയ്ക്കാൻ വന്നില്ലെങ്കിൽ
ചായമിതെന്നെ സഹായിക്കും!"

ആകാശത്തെ ചെഞ്ചായം കണ്ട് ചുവന്ന ചായപ്പെൻസിലിന്
സ്വന്തം നിറം എത്ര ചെറുതാണെന്ന് മനസ്സിലായി. ചുവന്ന ചായ
പ്പെൻസിൽ വേഗം ചെത്തിപ്പൂക്കളുടെ ചിത്രം വരയ്ക്കാൻ സഹാ
യിക്കാമെന്ന് ചോയിക്കുട്ടിയോട് പറഞ്ഞു.

രാത്രിയായപ്പോൾ ചോയിക്കുട്ടി കറുത്ത ചായപ്പെൻസിലിന്
ചുറ്റുമുള്ള ഇരുട്ട് കാണിച്ചുകൊടുത്തിട്ട് പറഞ്ഞു:

"പെൻസിൽകുട്ടാ, പെൻസിൽകുട്ടാ
കറുപ്പ് ചായം കണ്ടില്ലേ?
ചിത്രം വരയ്ക്കാൻ വന്നില്ലേൽ
ചായമിതെന്നെ സഹായിക്കും!"

ചോയിക്കുട്ടി കാണിച്ചുകൊടുത്ത ചായം കണ്ട് കറുത്ത ചായ പ്പെൻസിലിന് സ്വന്തം നിസ്സാരത മനസ്സിലായി. കറുത്ത ചായ പ്പെൻസിൽ വേഗം കൊമ്പനാനയുടെ ചിത്രം വരയ്ക്കാൻ സഹാ യിക്കാമെന്ന് ചോയിക്കുട്ടിയോട് പറഞ്ഞു.

പിറ്റേന്ന് ചോയിക്കുട്ടി എല്ലാ ചായപ്പെൻസിലുകൾക്കും ആകാശത്തെ മഴവില്ല് കാണിച്ചുകൊടുത്തിട്ട് പറഞ്ഞു.

"ചായപ്പെൻസിൽ ചങ്ങാതികളേ
ഏഴുനിറങ്ങൾ കണ്ടില്ലേ?
ചിത്രം വരയ്ക്കാൻ വന്നില്ലെങ്കിൽ
ചായമിതെന്നെ സഹായിക്കും!"

ചോയിക്കുട്ടി കാണിച്ചുകൊടുത്ത ഏഴുചായങ്ങൾ കണ്ട് ചായപ്പെൻസിലുകൾക്ക് സ്വന്തം നിസ്സാരത മനസ്സിലായി. ചായ പ്പെൻസിലുകൾ വേഗം പൂന്തോട്ടത്തിന്റെ ചിത്രം വരയ്ക്കാൻ സഹായിക്കാമെന്ന് ചോയിക്കുട്ടിയോട് പറഞ്ഞു. ചോയിക്കുട്ടി കാണിച്ചുകൊടുത്ത ചായങ്ങൾകൊണ്ട് ചിത്രം വരയ്ക്കാ നൊന്നും കഴിയില്ലെന്ന് ചായപ്പെൻസിലുകളുണ്ടോ അറിയുന്നു?

ചോയിക്കുട്ടി വേഗം ചായപ്പെൻസിലുകൾ എടുത്ത് ചെത്തി പ്പൂക്കളുടെയും കൊമ്പനാനയുടെയും പൂന്തോട്ടത്തിന്റെയും ചിത്ര ങ്ങൾ വരച്ചു. അതു കണ്ടപ്പോൾ ചായപ്പെൻസിലുകൾക്കും സന്തോഷമായി.

ചായപ്പെൻസിലുകളെ നല്ലവരാക്കുന്നതിനുള്ള സൂത്രം പറഞ്ഞു കൊടുത്ത ചായപ്പെട്ടിയോട് ചോയിക്കുട്ടി നന്ദി പറ ഞ്ഞു. ചായപ്പെൻസിലുകളാകട്ടെ, പിന്നീട് അഹങ്കാരമില്ലാതെ ചോയിക്കുട്ടിയുടെ മോഹങ്ങൾക്ക് നിറം പകർന്ന് വളരെക്കാലം സന്തോഷമായി ജീവിച്ചു!

6

പച്ചപ്പയർ മണിയും
പാച്ചിയമ്മൂമ്മയും

പണ്ടുപണ്ട് പച്ചാളത്ത് ഒരു പാവം പാച്ചിയമ്മൂമ്മ പാർത്തി രുന്നു. മഹാമാന്ത്രികനായ പാച്ചേരി പാച്ചുമൂത്തതിന്റെ വീട്ടിൽ അടുക്കളപ്പണിയെടുത്താണ് പാച്ചിയമ്മൂമ്മ കഴിഞ്ഞുവന്നത്.

അങ്ങനെയിരിക്കെ, ഒരുദിവസം നല്ലവനായ പാച്ചുമൂത്തത് തൊടിയിലുണ്ടായ കുറേ പച്ചപ്പയർ പാച്ചിയമ്മൂമ്മയ്ക്ക് കൊടു ത്തു. പാച്ചിയമ്മൂമ്മ കൊച്ചുവീടിന്റെ കൊച്ചുതിണ്ണയിൽ വന്നി രുന്ന് പച്ചപ്പയർ ഉരിയാൻ തുടങ്ങി.

പെട്ടെന്ന്, ഒരു പച്ചപ്പയർമണി പാച്ചിയമ്മൂമ്മ കാണാതെ കൊച്ചുമുറത്തിൽനിന്ന് പുറത്തു ചാടാനൊരുങ്ങി. അപ്പോൾ, പച്ച പ്പയർമണിയോട് മറ്റു പയർ മണികൾ പറഞ്ഞു:

"പച്ചപ്പയർമണീ ചങ്ങാതീ
ചാടിപ്പോകാൻ നോക്കല്ലേ!
കൊച്ചുമുറത്തിൽനിന്നും നീ
ചാടിപ്പോകാൻ നോക്കല്ലേ!"

അപ്പോൾ പച്ചപ്പയർമണി പറഞ്ഞതു കേൾക്കണോ?

"പാവമെൻ പാച്ചിയമ്മൂമ്മയ്ക്കായ്
പൊന്നും പണവും നല്കും ഞാൻ
പൊന്നും പണവും കൊണ്ടേ മേലിൽ
പച്ചപ്പയർമണി തിരിച്ചു വരൂ!"

അതു കേട്ടപ്പോൾ മറ്റു പയർ മണികൾക്ക് ചിരിവന്നു. എന്നാൽ, നമ്മുടെ പച്ചപ്പയർമണിയോ? കൊച്ചുമുറത്തിൽനിന്നും ചാടി ഒറ്റയോട്ടം!

ഓടിയോടി പച്ചപ്പയർമണി പൈങ്കണ്ണിയുരെത്തി. അപ്പോൾ ഒരു പൂവാലനണ്ണാൻ പച്ചപ്പയർമണിയോടു പറഞ്ഞു: "പച്ചപ്പ യർമണീ, പച്ചപ്പയർമണീ എനിക്ക് വിശന്നിട്ടു വയ്യ! അതിനാൽ ഞാൻ നിന്നെ തിന്നാൻ പോവുകയാണ്!" അപ്പോൾ പച്ചപ്പ യർമണി പറഞ്ഞു:

"പൂവാലനണ്ണാനേ ചങ്ങാതീ
എന്നെത്തിന്നാൻ നോക്കല്ലേ!
എന്നെത്തിന്നാൽ 'ഠപ്പോ' ന്ന്
പൊട്ടിപ്പോകും നിന്റെ വയർ!"

അതുകേട്ടപ്പോൾ പൂവാലനണ്ണാൻ പേടിച്ച് സ്ഥലം വിട്ടു. ഉടനെ പച്ചപ്പയർ മണി പിന്നെയും ഓടാൻ തുടങ്ങി.

അങ്ങനെ പച്ചപ്പയർമണി മൈനാഗപ്പള്ളിയിലെത്തി. അപ്പോൾ ഒരു മൈനപ്പക്ഷി പച്ചപ്പയർമണിയോട് പറഞ്ഞു: "പച്ച പ്പയർമണീ, പച്ചപ്പയർമണീ എനിക്ക് വിശന്നിട്ട് വയ്യ! അതിനാൽ ഞാൻ നിന്നെ തിന്നാൻ പോവുകയാണ്!" അതുകേട്ട് പച്ചപ്പ യർമണി പറഞ്ഞു:

"മൈനപ്പക്ഷീ ചങ്ങാതീ
എന്നെത്തിന്നാൻ നോക്കല്ലേ
എന്നെത്തിന്നാൽ 'റപ്പോ' ന്ന്
പൊട്ടിപ്പോകും നിന്റെ വയർ!"

അതുകേട്ടപ്പോൾ മൈന പേടിച്ച് സ്ഥലംവിട്ടു. പച്ചപ്പയർമണി പിന്നെയും ഓടാൻ തുടങ്ങി. അങ്ങനെ പച്ചപ്പയർമണി പാച്ചെ ല്ലൂരെത്തി. അപ്പോൾ ഒരു പഞ്ചവർണ്ണത്തത്ത പച്ചപ്പയർമണിയെ തിന്നാൻ വന്നു. ഇതുകണ്ട് പച്ചപ്പയർമണി പറഞ്ഞു:

"പഞ്ചവർണ്ണത്തത്തേ ചങ്ങാതീ
എന്നെത്തിന്നാൻ നോക്കല്ലേ!
എന്നെത്തിന്നാൽ 'റപ്പോ' ന്ന്
പൊട്ടിപ്പോകും നിന്റെ വയർ!"

പക്ഷേ, പാച്ചല്ലൂർ കോവിലകത്തെ പഞ്ചമിത്തമ്പുരാട്ടിയുടെ അന്തഃപുരത്തിൽ നിന്നും പറന്നുവന്ന പഞ്ചവർണ്ണത്തത്ത യുണ്ടോ അതുകേട്ട് പേടിക്കുന്നു! പഞ്ചവർണ്ണത്തത്ത പച്ചപ്പ യർമണിയെ 'റപ്പെ'ന്ന് കൊത്തിവിഴുങ്ങി.

പെട്ടെന്ന് പഞ്ചവർണ്ണത്തത്തയ്ക്ക് കലശലായ വയറുവേദന തുടങ്ങി. മഹാമാന്ത്രികൻ പാച്ചുമൂത്തതിന്റെ തൊടിയിൽ വിളഞ്ഞ പച്ചപ്പയർമണിയാണ് അതെന്ന് പഞ്ചവർണ്ണത്തത്തയുണ്ടോ അറി യുന്നു? ഒടുവിൽ വയറുവീർത്ത് പൊട്ടുമെന്നായപ്പോൾ പഞ്ച വർണ്ണത്തത്ത ഒരുവിധത്തിൽ പറന്ന് പഞ്ചമിത്തമ്പുരാട്ടിയുടെ അന്തഃപുരത്തിൽ ചെന്നു. എന്നിട്ട്, നടന്നതെല്ലാം പറഞ്ഞു. പഞ്ച വർണ്ണത്തത്തയുടെ പ്രയാസം കണ്ട് പഞ്ചമിത്തമ്പുരാട്ടിക്ക് പേടി യായി. പഞ്ചമിത്തമ്പുരാട്ടി കൈകൂപ്പി കരഞ്ഞുകൊണ്ട് പഞ്ച വർണ്ണത്തത്തയുടെ ഉള്ളിലുള്ള പച്ചപ്പയർമണിയോട് പറഞ്ഞു:

"പച്ചപ്പയർമണീ, പൊന്നുമണീ
പഞ്ചവർണ്ണത്തത്തയെ കൊല്ലല്ലേ!

പൊന്നും പണവും തന്നീടാം
പഞ്ചവർണ്ണത്തത്തയെ കൊല്ലല്ലേ!"

പച്ചപ്പയർമണിക്ക് സന്തോഷമായി. പച്ചപ്പയർമണി ഉടനെ പഞ്ചവർണ്ണത്തത്തയുടെ വായിലൂടെ 'പ്ടും!' എന്ന് ഒറ്റച്ചാട്ടം! പെട്ടെന്ന്, പഞ്ചവർണ്ണത്തത്തയുടെ അസുഖം മാറി. അതുകണ്ട് പഞ്ചമിത്തമ്പുരാട്ടിക്ക് സന്തോഷമായി.

പഞ്ചമിത്തമ്പുരാട്ടി വേഗം പച്ചപ്പയർമണിക്ക് കുറെ പൊന്നും പണവും പട്ടിൽ പൊതിഞ്ഞുകൊടുത്തു. എന്നിട്ട് പച്ചപ്പയർമ ണിയെ ഭടന്മാരുടെ കൂടെ യാത്രയാക്കി.

പച്ചപ്പയർമണി ഓടിപ്പോയതറിഞ്ഞ് വിഷമിച്ചിരിക്കുകയാണ് പാച്ചിയമ്മൂമ്മ. അപ്പോഴതാ, പഞ്ചമിത്തമ്പുരാട്ടി കൊടുത്തയച്ച പല്ലക്കിൽ ഇരുന്ന് ചിരിച്ചുകൊണ്ട് പച്ചപ്പയർ മണി പടികയറി വരുന്നു!

പാച്ചിയമ്മൂമ്മ ഓടിച്ചെന്ന് പല്ലക്കിൽനിന്നും പച്ചപ്പയർമ ണിയെ വാരിയെടുത്തു. പച്ചപ്പയർമണിയാകട്ടെ, പട്ടിൽ പൊതിഞ്ഞ പൊന്നും പണവും പാച്ചിയമ്മൂമ്മയ്ക്ക് കൊടുത്തു. പാച്ചിയമ്മൂമ്മയ്ക്ക് സന്തോഷമായി. അങ്ങനെ, പച്ചപ്പയർമണിയും പാച്ചിയമ്മൂമ്മയും വളരെക്കാലം സന്തോഷത്തോടെ ജീവിച്ചു!

7

കണ്ണപ്പനും ദേവതയും

പണ്ടുപണ്ട് കണ്ണമ്പലം ദേശത്തെ കണ്ണാഞ്ചിറ മനയ്ക്കല്‍ ഒരു ആനയുണ്ടായിരുന്നു-കണ്ണപ്പന്‍. കണ്ണമ്പലത്തുകാരുടെ കണ്ണി ലുണ്ണിയായിരുന്നു കണ്ണപ്പനാന. ചെറിയ ഉണ്ണികള്‍ക്കുപോലും കണ്ണപ്പനാനയുടെ അടുത്തുചെല്ലാം. കണ്ണപ്പനാന അവരെ തുമ്പി ക്കൈയിലെടുത്ത് ഊഞ്ഞാലാട്ടുകയും പുറത്തുകയറ്റി സവാരി ക്കിറങ്ങുകയും ചെയ്യും.

അങ്ങനെയിരിക്കെ, കണ്ണപ്പനാനയ്ക്ക് ഒരു മോഹം- വലിയ വനായ തന്റെ കണ്ണുകള്‍ മാത്രം ചെറുതായിരിക്കുന്നത് ശരിയല്ല. അതുകൊണ്ട് കണ്ണുകള്‍ രണ്ടും വലുതാക്കണം. ഇങ്ങനെ വിചാ രിച്ച് രാത്രി ആരുമറിയാതെ കണ്ണപ്പനാന ചങ്ങല പൊട്ടിച്ച് ഒറ്റ യോട്ടം. എന്നിട്ട് കണ്ണാടിപ്പുഴയുടെ തീരത്ത് ചെന്ന് കണ്ണടച്ചി രുന്ന് തപസ്സ് തുടങ്ങി. കാനനദേവത പ്രത്യക്ഷപ്പെട്ടപ്പോള്‍ കണ്ണ പ്പനാന പറഞ്ഞു:

"കാട്ടിലെ ദേവീ വരമരുളൂ

കണ്ണപ്പനൊരു വരമരുളൂ

കണ്ണുകള്‍ രണ്ടും കിണ്ണം പോലെ

വലുതാകാനായ് വരമരുളൂ!"

അപ്പോള്‍ ദേവത പറഞ്ഞു: "കണ്ണുകള്‍ കിണ്ണംപോലെയോ കിടാരംപോലെയോ വലുതാക്കിത്തരാം. പക്ഷേ, അതിമോഹം

ആപത്താണ്!" എന്നാൽ ദേവത പറഞ്ഞത് കേൾക്കാതെ കണ്ണ പ്പനാന തന്റെ കണ്ണുകൾ വലുതാക്കിക്കിട്ടണമെന്ന് വാശിപിടിച്ചു.

ഉടനെ ദേവത വലംകൈ ഉയർത്തി. പെട്ടെന്ന് കണ്ണപ്പനാന യുടെ കണ്ണുകൾ വട്ടക്കിണ്ണംപോലെ വലുതായി. കണ്ണാടിപ്പുഴ യിൽ തന്റെ കണ്ണുകൾ തെളിഞ്ഞു കണ്ടപ്പോൾ കണ്ണപ്പനാനയ്ക്ക് സന്തോഷമായി. അവൻ വേഗം കണ്ണമ്പലത്തേക്കോടി, പക്ഷേ, കണ്ണപ്പനാനയുടെ വലിയ കണ്ണുകൾ കണ്ട് കണ്ണമ്പലത്തു കാർക്കെല്ലാം പേടിയായി. കണ്ണാറക്കാട്ടിലെ ഉണ്ടക്കണ്ണൻ ഭൂതം ശരീരത്തിൽ കയറിയിട്ടുണ്ടെന്ന് പറഞ്ഞ് അവർ കണ്ണപ്പനാന യുടെ അടുത്തുനിന്ന് ഓടെടാ ഓട്ടം!

അപ്പോൾ കണ്ണാഞ്ചിറ മനയ്ക്കലെ ഉണ്ണിനമ്പൂതിരി കണ്ണപ്പ നാനയുടെ അടുത്തുവന്ന് ചോദിച്ചു:

"കണ്ണപ്പനാനേ എങ്ങനെ നിൻ
കണ്ണുകളിങ്ങനെ വലുതായി?
ഉണ്ടക്കണ്ണൻ ഭൂതത്താൻ
ഉണ്ടോ നിന്നിൽ കണ്ണപ്പാ?"

അപ്പോൾ ദേവത വരംതന്നെ കാര്യം കണ്ണപ്പനാന പറഞ്ഞു.
പക്ഷേ, ഉണ്ണിനമ്പൂതിരിക്ക് അത് വിശ്വാസമായില്ല. ഉണ്ണിനമ്പൂ
തിരി പോയപ്പോൾ കണ്ണമ്പലത്തുകാർ കണ്ണപ്പനാനയുടെ ചുറ്റും
കൂടി. എന്നിട്ട് 'ഉണ്ടക്കണ്ണൻ ഭൂതം' എന്നു വിളിച്ച് കണ്ണപ്പനാ
നയെ കല്ലെറിയാൻ തുടങ്ങി. ഇതുകണ്ട് സഹിക്കാതെ പാപ്പാൻ
കുഞ്ഞിക്കണ്ണൻ മനുഷ്യരാരും കയറാത്ത കൊക്കർണിപ്പറമ്പിൽ
കണ്ണപ്പനാനയെ കൊണ്ടുപോയി കെട്ടി. വലിയ കണ്ണുള്ള തന്നെ
കണ്ണമ്പലത്തുകാർ കൂടുതൽ സ്നേഹിക്കുകയും ബഹുമാനിക്കു
കയും ചെയ്യുമെന്നാണ് കണ്ണപ്പനാന കരുതിയത്. പക്ഷേ, കണ്ണ
മ്പലത്തുകാർ തന്നെ വെറുക്കുന്നുവെന്നറിഞ്ഞപ്പോൾ കണ്ണപ്പാ
നനയ്ക്ക് സങ്കടമായി.

അങ്ങനെയിരിക്കെ, കണ്ണമ്പലം ക്ഷേത്രത്തിൽ ഉത്സവമായി.
എല്ലാവർഷവും കണ്ണപ്പനാനയാണ് ഉത്സവത്തിന് തിടമ്പെടുത്തി
രുന്നത്. എന്നാൽ, ഇത്തവണ ഉണ്ടക്കണ്ണൻ ഭൂതം കയറി എന്ന
ദോഷമാരോപിച്ച് കണ്ണപ്പനാനയെ ഉത്സവത്തിന് എഴുന്നള്ളിച്ച
തേയില്ല. അപ്പോൾ കണ്ണപ്പനാനയ്ക്ക് പിന്നെയും സങ്കടമായി.
കണ്ണപ്പനാന മണ്ണുവാരി എറിയാനും ഉറക്കെ ചിന്നംവിളിക്കാനും
തുടങ്ങി. അതുകണ്ട് കണ്ണമ്പലത്തുകാർക്കെല്ലാം പേടിയായി.
അവർ കണ്ണപ്പനാനയെ കല്ലെറിഞ്ഞു കൊല്ലണമെന്ന് ഉണ്ണിന
മ്പൂതിരിയോട് പറഞ്ഞു:

"കുഞ്ഞിക്കണ്ണാ കണ്ണപ്പനാനയെ
കണ്ണാറക്കാട്ടിൽ കൊണ്ടുവിടാം!
കണ്ണമ്പലത്തുകാർ ആരുമറിയാതെ
കണ്ണാറക്കാട്ടിൽ കൊണ്ടുവിടാം!"

അതുകേട്ട് കണ്ണപ്പനാന അന്നു രാത്രി ചങ്ങല പൊട്ടിച്ച്
കണ്ണാറക്കാട്ടിലേക്ക് ഓടിപ്പോയി. അപ്പോഴതാ അവിടെ വരം തന്ന
ദേവത! കണ്ണപ്പനാന നടന്നതെല്ലാം ദേവതയോട് പറഞ്ഞു.
അപ്പോൾ ദേവത പറഞ്ഞു:

"കണ്ണുകൾ വീണ്ടും ചെറുതാക്കാൻ
കഴിയുകയില്ലാ കണ്ണപ്പാ.
പക്ഷേ, നിന്നെച്ചെറുതാക്കി
ത്തന്നീടാം ഞാൻ കണ്ണപ്പാ!"
കണ്ണപ്പനാനയ്ക്ക് സന്തോഷമായി. 'ഒരു ചെറിയ ആനയായി ഇല്ലത്തു ചെന്നാൽ ആരും തിരിച്ചറിയില്ല. മാത്രമല്ല, ഉണ്ണികളോ ടൊപ്പം കളിയാടുകയുമാവാം', ഇങ്ങനെ വിചാരിച്ച് കണ്ണപ്പനാന അത് സമ്മതിച്ചു.

പെട്ടെന്ന് ദേവത വലംകൈ ഉയർത്തി. ഉടൻ കണ്ണപ്പനാന ഒരു കുഞ്ഞനാനയായി. എന്നിട്ടവൻ ഒരുവിധത്തിൽ കണ്ണാഞ്ചി റമനയുടെ മുറ്റത്തുവന്നു.

അപ്പോൾ ഉണ്ണി നമ്പൂതിരിയുടെ കൊച്ചുമകൻ കുഞ്ചുണ്ണി കൂട്ടുകാരോടൊപ്പം അവന്റെ ചുറ്റാംകൂടി. എന്നിട്ട് "കുഞ്ഞനാന! കുഞ്ഞനാന!" എന്ന് ഉറക്കെ വിളിച്ചുപറയാൻ തുടങ്ങി.

ഉടനെ കുഞ്ഞനാന നാണിച്ച് പുഴിയിൽ മുഖം താഴ്ത്തി. പക്ഷേ, ഉണ്ണികളുണ്ടോ വിടുന്നു? അവർ പുഴി ഊതിനീക്കി കുഞ്ഞനാനയെ ഉണ്ണിനമ്പൂതിരിക്കും കുഞ്ഞിക്കണ്ണൻ പാപ്പാനു മൊക്കെ കാണിച്ചുകൊടുത്തു.

ഉണ്ണികളോടുള്ള ഇഷ്ടംകൊണ്ട് ഇത്തിരിക്കുഞ്ഞൻ ആന യായി വന്നിരിക്കുന്നത് കണ്ണപ്പനാനയാണെന്ന് അവർക്കുണ്ടോ മനസ്സിലാവുന്നു? എല്ലാവരും അതിശയിച്ചു നില്ക്കുന്നതിനിട യിൽ ഇത്തിരിക്കുഞ്ഞനാന വീണ്ടും പുഴിക്കുഴിയിൽ ഒളിച്ചു. അങ്ങനെയാണത്രെ, കുഴിയാന ഉണ്ടായത്!

8

മടിയൻ കുഞ്ഞപ്പനും കുഞ്ഞിപ്പൂതവും

പണ്ടുപണ്ട് കുഞ്ഞാട്ടൂരിൽ ഒരു കുഞ്ഞുകുഞ്ഞമ്മ പാർത്തി രുന്നു. കുഞ്ഞുകുഞ്ഞമ്മയുടെ ഇളയമകനായിരുന്നു കുഞ്ഞപ്പൻ. മഹാമടിയനായിരുന്നു നമ്മുടെ കുഞ്ഞപ്പൻ.

ഒരുദിവസം കുഞ്ഞുകുഞ്ഞമ്മയുടെ നിർബ്ബന്ധം കാരണം മടിയൻ കുഞ്ഞപ്പൻ ഒരു ജോലി തേടി പുറപ്പെട്ടു. കുഞ്ഞാട്ടൂർ കോവിലകത്തെ കുഞ്ഞുതമ്പുരാനെ ചെന്നുകണ്ട് അവൻ പറഞ്ഞു:

"കുഞ്ഞപ്പനെന്നൊരു പാവമാണേ
പണിയൊന്നുമില്ലാത്ത പാവമാണേ
പണിതന്നാലങ്ങേക്കു പുണ്യം കിട്ടും
കുഞ്ഞാട്ടൂർ വാഴുന്ന പൊന്നുതമ്പ്രാ!"

മടിയൻ കുഞ്ഞപ്പൻ പറഞ്ഞതുകേട്ട് കുഞ്ഞാട്ടൂർ കോവി ലകത്തെ കുഞ്ഞുതമ്പുരാന് അലിവ് തോന്നി. അദ്ദേഹം വേഗം അവന് കോവിലികത്തെ പശുക്കളെ പോറ്റുന്ന ജോലി നല്കി.

തൊഴുത്തിനുള്ളിൽ മടിയൻ കുഞ്ഞപ്പന് പിടിപ്പത് പണി യുണ്ടായിരുന്നു. മഹാമടിയനല്ലേ കുഞ്ഞപ്പൻ? പൈക്കളെ തീറ്റിയും കുളിപ്പിച്ചും തൊഴുത്ത് വൃത്തിയാക്കിയും മടിയൻ കുഞ്ഞപ്പന് മടുത്തു.

ഒരുദിവസം ഒരു പുള്ളിപ്പശു എന്തോ വികൃതി കാണിച്ചു. അപ്പോൾ മടിയൻ കുഞ്ഞപ്പൻ എന്തുചെയ്തെന്നോ? ഒരു മുട്ടൻ വടിയെടുത്ത് അതിന്റ തലയിൽ 'ഠപ്പോ' എന്ന് ഒരു അടി കൊടുത്തു. പാവം, പുള്ളിപ്പശു! മടിയൻ കുഞ്ഞപ്പന്റെ അടിയേറ്റ് അത് മൂക്കുംകുത്തി നിലത്തു വീണു. പിന്നെ ആ പശു എഴുന്നേറ്റതേയില്ല.

പിറ്റേന്ന്, കുഞ്ഞുതമ്പുരാൻ നോക്കുമ്പോഴതാ, പുള്ളിപ്പശുവിന്റെ സമീപത്ത് മടിയൻ കുഞ്ഞപ്പൻ സങ്കടപ്പെട്ടു നില്ക്കുന്നു! കുഞ്ഞുതമ്പുരാൻ മടിയൻ കുഞ്ഞപ്പനോട് കാര്യം തിരക്കി. അപ്പോൾ മടിയൻ കുഞ്ഞപ്പൻ പറഞ്ഞു:

"ഇന്നലെ രാത്രിയിൽ കാട്ടിൽനിന്നും
ഇങ്ങോട്ടുവന്നൊരു കുഞ്ഞിപ്പൂതം
പുള്ളിപ്പശുവിനെ തല്ലിവീഴ്ത്തി
കണ്ണുകൊണ്ടീയുള്ളോൻ കണ്ടതാണേ!"

"ശ്ശെടാ! ഈ കുഞ്ഞിപ്പൂതം കാരണം തൊഴുത്തിലെ പശുക്കളെല്ലാം കഷ്ടപ്പെടുകയാണല്ലോ. കുഞ്ഞിപ്പൂതത്തെ പിടിച്ചു കെട്ടാൻ ഉടനെ പേരുകേട്ട മന്ത്രവാദികളെ വരുത്തണം!", ഇങ്ങനെ പറഞ്ഞ് കുഞ്ഞുതമ്പുരാൻ അവിടെനിന്നും പോയി.

കാട്ടിലെ കുഞ്ഞിപ്പൂതം കോവിലകത്തെ പശുക്കളെ അടി

ച്ചുവീഴ്ത്തുന്ന വാർത്ത നാട്ടിലെല്ലാം പാട്ടായി. അങ്ങനെ ആ വാർത്ത നല്ലവനായ കുഞ്ഞിപ്പൂതത്തിന്റെ കാതിലുമെത്തി. നുണ യനായ മടിയൻ കുഞ്ഞപ്പനെ ഒരു പാഠം പഠിപ്പിക്കണമെന്ന് കുഞ്ഞിപ്പൂതം തീരുമാനിച്ചു.

ഒരുദിവസം രാത്രി തൊഴുത്തിൽനിന്ന് പശുക്കളുടെ പതി വില്ലാത്ത ശബ്ദം കേട്ട് മടിയൻ കുഞ്ഞപ്പൻ ഉറക്കമുണർന്നു. കലി കയറിയ മടിയൻ കുഞ്ഞപ്പൻ ഒരു മുട്ടൻ വടിയുമെടുത്ത് തൊഴുത്തിലേക്ക് പാഞ്ഞു.

പെട്ടെന്ന്, കാട്ടിലെ കുഞ്ഞിപ്പൂതം എവിടെനിന്നോ ചാടിവീണു. മടിയൻ കുഞ്ഞപ്പന് ശ്വാസംമുട്ടുന്നതുപോലെ തോന്നി.

കുഞ്ഞിപ്പൂതത്തിന്റെ ചുവന്ന കണ്ണും തുടുതുടുത്ത നാവും കൂർത്ത കൊമ്പും മൂർച്ചയേറിയ പല്ലും നഖവും കണ്ട് മടിയൻ കുഞ്ഞപ്പന് പേടിയായി. അവൻ കിടുകിടാ വിറച്ചു.

തൊഴുത്തിലെ പുള്ളിപ്പശുക്കളെല്ലാം മുക്രയിട്ടോടിവന്ന് മടി യൻ കുഞ്ഞപ്പനെ തെരുതെരെ കുത്താനും കാലുകൊണ്ട് തൊഴി ക്കാനും തുടങ്ങി. മടിയൻ കുഞ്ഞപ്പൻ വേദനകൊണ്ട് പുളഞ്ഞു.

അവൻ ഒരുവിധത്തിൽ ഓടി കുഞ്ഞുതമ്പുരാനെ ചെന്നുക ണ്ടു. എന്നിട്ട് കൈകൂപ്പിക്കൊണ്ട് കരഞ്ഞു പറഞ്ഞു:
"പൈക്കളെ തല്ലീതും വീഴ്ത്തിയതും
കുഞ്ഞിപ്പൂതമല്ല ഞാനാണേ!
അറിയാതെ ചെയ്തൊരു തെറ്റാണേ!
ഒന്നു പൊറുക്കണേ തമ്പുരാനേ!"
വർഷംതോറും പശുപൂജ നടത്തിപ്പോന്ന കുഞ്ഞുതമ്പുരാന് മടിയൻ കുഞ്ഞപ്പന്റെ പ്രവൃത്തിയറിഞ്ഞപ്പോൾ കോപമാണുണ്ടാ യത്. പക്ഷേ, കുഞ്ഞപ്പന്റെ കരച്ചിലും പിഴിച്ചിലും കണ്ടപ്പോൾ കുഞ്ഞുതമ്പുരാന്റെ മനസ്സലിഞ്ഞു.

കുഞ്ഞിപ്പൂതത്തിന്റെ അനുഗ്രഹം കാരണം തന്റെ പൂവാലിപ്പ ശുക്കൾക്ക് വീണ്ടും ആരോഗ്യം തിരിച്ചുകിട്ടിയതുകൊണ്ട് തമ്പു രാൻ മടിയൻ കുഞ്ഞപ്പനെ ഒന്നും ചെയ്തില്ല. അതുകൊണ്ട് ഒരു ഗുണമുണ്ടായി. മടിയൻ കുഞ്ഞപ്പൻ മിടുമിടുക്കൻ കുഞ്ഞപ്പനായി പശുക്കളെ നോക്കുന്ന ജോലി ചെയ്ത് ജീവിച്ചു.

9

ചാത്തപ്പനും ചെരിപ്പുകളും

ചാത്തന്നൂർ എന്ന സ്ഥലത്ത് ചാത്തപ്പൻ എന്നൊരാളുണ്ടാ യിരുന്നു. ചാത്തപ്പന് ഭംഗിയുള്ള രണ്ട് ചെരിപ്പുകളുണ്ട്. തന്റെ ചെരിപ്പുകളോട് ചാത്തപ്പന് വലിയ ഇഷ്ടമാണ്. എന്നാൽ, ചാത്ത പ്പന്റെ ചെരിപ്പുകളാകട്ടെ, മഹാ അഹങ്കാരികളായിരുന്നു!

ഒരുദിവസം ദൂരയാത്ര കഴിഞ്ഞെത്തിയ ചാത്തപ്പൻ ചെരി പ്പുകൾ പുറത്തുവച്ച് ഉറങ്ങാൻ കിടന്നു. 'ഇതുതന്നെ പറ്റിയ അവ സരം!', ചെരിപ്പുകൾ വിചാരിച്ചു. അവർ ആരും കാണാതെ മുറ്റ ത്തിറങ്ങി. അപ്പോഴതാ, ചാത്തപ്പന്റെ കുറിഞ്ഞിപ്പൂച്ച ആ വഴി വരുന്നു!

തിരക്കിട്ടോടിപ്പോകുന്ന ചെരിപ്പുകളെ കണ്ടതും കുറിഞ്ഞി പ്പൂച്ച ചോദിച്ചു:

"സന്ധ്യമയങ്ങും നേരത്ത്
എങ്ങോട്ടോടിപ്പോകുന്നു?
ചാത്തപ്പന്റെ ചെരിപ്പുകളേ
എങ്ങോട്ടോടിപ്പോകുന്നു?"

കുറിഞ്ഞിപ്പൂച്ചയുടെ ചോദ്യം കേട്ടപ്പോഴേ ചെരിപ്പുകൾക്ക് ദേഷ്യം വന്നു. അവർ പറഞ്ഞു.

"ചാത്തപ്പന്റെ കാലിൽത്തൂങ്ങി
മടുത്തുപോയീ ഞങ്ങൾക്ക്!

അതിനാലോടിപ്പോകുന്നു
കാഴ്ചകൾ കാണാൻ പോകുന്നൂ!"

"ഹയ്യോ, നിങ്ങളൊറ്റയ്ക്ക് കാഴ്ചകൾ കാണാൻ പോവു
കയോ? അതപകടമാ. വേഗം ചാത്തപ്പന്റെ അടുത്തേക്ക് തിരിച്ചു
പോയ്ക്കോ!", കുറിഞ്ഞിപ്പൂച്ച പറഞ്ഞു.

എന്നാൽ അഹങ്കാരികളായ ചെരിപ്പുകളുണ്ടോ ഇതു വല്ലതും
കാര്യമാക്കുന്നു! അവർ തുള്ളിച്ചാടി പിന്നെയും നടക്കാൻ തുട
ങ്ങി.

അങ്ങനെ ചെരിപ്പുകൾ ചാത്തപ്പന്റെ വീട്ടിൽ നിന്നിറങ്ങി
നടന്നു തുടങ്ങിയപ്പോഴാണ് പാണ്ടൻ പട്ടി അവിടെയെത്തിയത്.

"ഇരുളു പരക്കും നേരത്ത്
എങ്ങോട്ടോടിപ്പോകുന്നു?
ചാത്തപ്പന്റെ ചെരിപ്പുകളേ
എങ്ങോട്ടോടിപ്പോകുന്നു?"

പാണ്ടൻ പട്ടി ചോദിച്ചു. ഇതുകേട്ട ചെരിപ്പുകൾ പറഞ്ഞു:

"ഹും, ചാത്തപ്പന്റെ കാലിൽ തന്നെ കിടന്ന് ഞങ്ങൾക്ക് മടു
ത്തു. ഞങ്ങൾ അടുത്തുള്ള പട്ടണത്തിലേക്ക് പോവുകയാ!"

"ഹ..ഹ...പട്ടണത്തിലേക്കോ? നിങ്ങളോ? നല്ല കഥയായി.
തമാശ പറയാതെ വേഗം വീട്ടിലേക്ക് തിരിച്ചു പോയ്ക്കോളൂ",

പാണ്ടൻ പട്ടി ചെരിപ്പുകളോട് പറഞ്ഞു.

എന്നാൽ അതൊന്നും കേൾക്കാൻ നില്ക്കാതെ ചെരിപ്പു കൾ ഗമയിലൊരൊറ്റ നടത്തം!

നടന്നുനടന്ന് അവൻ ഒരു പട്ടണത്തിലെത്തി. കാഴ്ചക ളെല്ലാം കണ്ട് അവിടെ അവർ ആടിപ്പാടി നടക്കാൻ തുടങ്ങി. വലിയൊരു ജനക്കൂട്ടം കണ്ടപ്പോൾ ചെരിപ്പുകൾ അങ്ങോട്ട് ഓടി ച്ചെന്നു. അവിടെ മനോഹരമായ ഒരു നൃത്തം നടക്കുകയായിരു ന്നു. ചാത്തപ്പന്റെ ചെരിപ്പുകൾ സന്തോഷത്തോടെ അതും നോക്കിയിരിക്കാൻ തുടങ്ങി.

അല്പസമയം കഴിഞ്ഞതേയുള്ളൂ, അപ്പോഴേക്കും ആരൊ ക്കെയോ ബഹളം വയ്ക്കാൻ തുടങ്ങി. തിക്കിലും തിരക്കിലും പെട്ട് ചാത്തപ്പന്റെ ചെരിപ്പുകൾക്ക് ശ്വാസംമുട്ടി. പെട്ടെന്ന് ആരോ ഒരാൾ ചാത്തപ്പന്റെ ചെരിപ്പുകളെടുത്ത് ഒരൊറ്റ ഏറ്!

"ഹയ്യോ!" ചെരിപ്പുകൾക്ക് നന്നായി വേദനിച്ചു. കുറച്ചു കഴി ഞ്ഞപ്പോൾ ആളുകളെല്ലാം പിരിഞ്ഞുപോകാൻ തുടങ്ങി. അവി ടെനിന്ന് എങ്ങനെയെങ്കിലും സ്ഥലംവിടാൻ തക്കം നോക്കിയി രിക്കുകയായിരുന്ന ചെരിപ്പുകൾക്ക് സമാധാനമായി. അപ്പോഴാണ് ഒരാൾ അവിടെയെത്തിയത്. വഴിയിൽ കിടന്ന ചെരിപ്പുകളെടുത്ത് അയാൾ ദൂരേക്ക് ഒരേറുകൊടുത്തു! പാവം! ചെരിപ്പുകൾ, ഒരു കള്ളിച്ചെടിയിലാണ് ഇത്തവണ അവർ ചെന്നുവീണത്!

മുള്ളുകൊണ്ട് ചെരിപ്പുകൾക്ക് നന്നേ വേദനിച്ചു.

"കഷ്ടം, ചാത്തപ്പനറിയാതെ ഒളിച്ചു പോന്നതാണ് ഇതി നെല്ലാം കാരണം. എത്രയുംവേഗം ചാത്തപ്പന്റെ അടുത്തെ ത്തണം", ചെരിപ്പുകൾ പരസ്പരം പറഞ്ഞു.

അവർ കരഞ്ഞുകൊണ്ട് ചാത്തപ്പന്റെ വീട്ടിലേക്ക് തിരികെ നടക്കാൻ തുടങ്ങി. നടന്നുനടന്ന് ചെരിപ്പുകൾ ക്ഷീണിച്ചു. 'ഇനി ഇവിടെ എവിടെയെങ്കിലും കിടന്നുറങ്ങി നേരം പുലരുന്നതിനു മുമ്പ് എഴുന്നേറ്റ് നടക്കാം', അങ്ങനെ വിചാരിച്ച് ചെരിപ്പുകൾ വഴിയരികിൽ ഉറങ്ങാൻ കിടന്നു.

വൈകാതെ നേരം പുലർന്നു. പക്ഷേ, ചെരിപ്പുകളുണ്ടോ ഇതു വല്ലതും അറിയുന്നു! അപ്പോഴാണ് തൂപ്പുകാരൻ തൂപ്പയ്യൻ അവിടെയെത്തിയത്. അയാൾ ചപ്പുചവറുകളെടുത്ത് വണ്ടിയി ലേക്കിടാൻ തുടങ്ങി. കൂട്ടത്തിൽ ചെരിപ്പുകളെയും അയാൾ വണ്ടി

യിലേക്കിട്ടു!

ഉറക്കമുണർന്ന ചെരിപ്പുകൾ ഞെട്ടിപ്പോയി. ഒരു വമ്പൻ മാലി ന്യക്കൂമ്പാരത്തിനിടയിലാണ് പെട്ടുപോയിരിക്കുന്നത്! എങ്ങനെ രക്ഷപ്പെടും? വണ്ടി നീങ്ങിയതോടെ ചെരിപ്പുകൾക്ക് പേടിയും തുടങ്ങി.

കുറച്ചുസമയം കഴിഞ്ഞാൽ തൂപ്പുകാരൻ ഈ ചപ്പുചവറു കളെല്ലാം കത്തിച്ചു കളയും. അതോടെ നമ്മുടെ കഥയും തീരും....! സങ്കടം സഹിക്കാനാവാതെ ചെരിപ്പുകൾ ഉറക്കെക്കര യാൻ തുടങ്ങി. "ഹയ്യോ, രക്ഷിക്കണേ...!"

"ങേ? ആരാണത്?" ചെരിപ്പുകളുടെ കരച്ചിൽ കേട്ട് തൂപ്പ യ്യൻ ഞെട്ടിത്തിരിഞ്ഞു നോക്കി.

"തൂപ്പുകാരാ, ഞങ്ങളെ രക്ഷിക്കണേ! ചാത്തപ്പന്റെ വീടെ ത്തുമ്പോൾ ഞങ്ങളെ ഒന്നിറക്കി വിടണേ...!"

ചെരിപ്പുകളുടെ സങ്കടം കണ്ട തുപ്പയ്യന് ദയ തോന്നി. ചാത്ത പ്പന്റെ വീടിനു മുന്നിലെത്തിയപ്പോൾ തൂപ്പയ്യൻ ചെരിപ്പുകളെ വണ്ടിയിൽ നിന്നും ഇറക്കിവിട്ടു. തൂപ്പയ്യനോട് നന്ദി പറഞ്ഞ് ചെരിപ്പുകൾ ചാത്തപ്പന്റെ വീട്ടിലേക്ക് നടക്കാൻ തുടങ്ങി.

ക്ഷീണിച്ചുവരുന്ന ചെരിപ്പുകളെ ആദ്യം കണ്ടത് കുറിഞ്ഞി പ്പൂച്ചയാണ്. അവൾ ഓടിച്ചെന്ന് പാണ്ടൻ പട്ടിയോട് കാര്യം പറ ഞ്ഞു. ഇത്കേൾക്കേണ്ട താമസം, പാണ്ടൻ നേരെ ചാത്തപ്പന്റെ അടുത്തെത്തി കാര്യം പറഞ്ഞു.

ചെരിപ്പുകളെ കാണാതെ വിഷമിച്ചിരിക്കുകയായിരുന്ന ചാത്തപ്പന് ഇതുകേട്ടപ്പോൾ എത്ര സന്തോഷമായെന്നോ! അയാൾ ചെരിപ്പുകളുടെ അടുത്തേക്കോടിച്ചെന്നു. ചാത്തപ്പനെ കണ്ടതും ചെരിപ്പുകൾ കാല്ക്കൽ വീണു കരഞ്ഞു:

"നല്ലവനാകും ചാത്തപ്പാ,
മാപ്പുതരേണം ഞങ്ങൾക്ക്
ഇനിമേലോടിപ്പോകില്ല
മാപ്പുതരേണം ഞങ്ങൾക്ക്!"

ഇതുകേട്ട ചാത്തപ്പന് ദയതോന്നി. അയാൾ ചെരിപ്പുകൾക്ക് മാപ്പുകൊടുത്തു. പിന്നീടൊരിക്കലും ചാത്തപ്പന്റെ ചെരിപ്പുകൾ എങ്ങോട്ടും ഓടിപ്പോയിട്ടില്ല!

10
ഔസുട്ടനും സോപ്പുണ്ണിയും

പണ്ടുപണ്ട് സമ്പാളൂരിൽ ഔസുട്ടൻ എന്നൊരു കുട്ടിയു ണ്ടായിരുന്നു. ഔസുട്ടന്റെ അമ്മ ആലീസാമ്മ ദിവസവും നല്ല സുന്ദരക്കുട്ടനാക്കും.

നല്ല മണവും പതയുമുള്ള ഒരുതരം വെളുത്ത സോപ്പാണ് ഔസുട്ടനെ കുളിപ്പിക്കുവാൻ ഉപയോഗിച്ചിരുന്നത്. ഔസുട്ടനാ വട്ടെ ആ സോപ്പിനെ സ്നേഹത്തോടെ സോപ്പുണ്ണി എന്ന് വിളി ക്കും.

ഒരുദിവസം ഔസുട്ടൻ അമ്മയോട് പറഞ്ഞു: "അമ്മേ ഞാൻ ഇത്രയും വളർന്നില്ലേ? ഇനിമുതൽ ഞാൻ ഒറ്റയ്ക്ക് കുളിച്ചോ ളാം. എന്റെ കൂട്ടുകാരിൽ പലരും ഒറ്റയ്ക്കാണ് കുളിക്കുന്നത്!"

അപ്പോൾ ആലീസാമ്മ ചിരിച്ചുകൊണ്ട് പറഞ്ഞു: "അതു നല്ല കാര്യം തന്നെ! നന്നായി സോപ്പു തേച്ച് വൃത്തിയായി കുളി ക്കണം!"

ഔസുട്ടന് സന്തോഷമായി. കുറേദിവസമായി സോപ്പുണ്ണിയെ കൈയിലെടുത്ത് ഒറ്റയ്ക്കൊന്ന് കുളിക്കണമെന്ന് ഔസുട്ടൻ വിചാരിക്കുന്നു!

പിറ്റേന്ന് ഔസുട്ടൻ ചെറിയൊരു തോർത്തുടുത്ത് സോപ്പു ണ്ണിയെയും കൊണ്ട് മുറ്റത്തേക്കോടി. ആലീസാമ്മ ഒരു വലിയ

ബക്കറ്റ് നിറച്ചും വെള്ളവും അതിലൊരു ചെറിയ മഗ്ഗും അവന് കൊണ്ടുവന്നു കൊടുത്തു.

അമ്മ പോയപ്പോൾ ഔസുട്ടൻ എണ്ണ തേച്ച് മിനുക്കിയ ശരീ രത്തിൽ വെള്ളം കോരിക്കോരിയൊഴിച്ചു. എന്നിട്ട് സോപ്പുണ്ണിയെ കൈയിലെടുത്ത് മുഖത്ത് നന്നായി തേച്ച് പതപ്പിക്കുവാൻ തുട ങ്ങി.

വെളുത്ത പത കണ്ടപ്പോൾ ഔസുട്ടന് രസമായി. അവൻ പത കുടഞ്ഞെറിഞ്ഞും ഊതിയുമൊക്കെ കളിക്കുവാൻ തുടങ്ങി.

പെട്ടെന്ന് ഔസുട്ടന് ഒരു സൂത്രം തോന്നി. അവൻ കുറെ ക്കൂടി പത മുഖത്ത് വാരിത്തേച്ചു. എന്നിട്ട് കണ്ണാടിയിൽ എന്നപോലെ ബക്കറ്റിലെ വെള്ളത്തിൽ മുഖം നോക്കി.

"ഹായ്! ഞാനിപ്പോൾ ഒരു വെളുത്ത ഭൂതംതന്നെ!" ഔസു ട്ടൻ ഉറക്കെ ചിരിക്കാൻ തുടങ്ങി. പക്ഷേ, ആ ചിരി അധികസ

മയം നീണ്ടുനിന്നില്ല. സോപ്പുപത കണ്ണിൽ ഇറങ്ങിയതോടെ അവന്റെ കണ്ണ് നീറി. ഔസുട്ടൻ ഉറക്കെ നിലവിളിച്ചു. "ഹയ്യോ, അമ്മേ! ഓടിവരണേ, എന്റെ കണ്ണിൽ ഭൂതം കുത്തിയേ! കണ്ണു നീറുന്നേ!"

നിലവിളികേട്ട് ആലീസാമ്മ ഓടിവന്നു. കണ്ണിൽ പതയായ താണ് പ്രശ്നമെന്ന് ആലീസാമ്മയ്ക്ക് മനസ്സിലായി. അവർ വേഗം ഔസുട്ടന്റെ മുഖം കഴുകിക്കൊടുത്തു. എന്നിട്ടു പറഞ്ഞു: "ഹ!ഹ! ഭൂതവും പ്രേതവുമൊന്നുമല്ല, കണ്ണിൽ സോപ്പുപത കയ റിയതാ! ഞാൻ നിന്നെ കുളിപ്പിക്കുമ്പോൾ കണ്ണിൽ സോപ്പുപത കേറാതെ എപ്പോഴും ശ്രദ്ധിക്കുമായിരുന്നു. അതുകൊണ്ടാ മുമ്പൊന്നും നിനക്ക് കണ്ണ് നീറാതിരുന്നത്!"

നല്ല മണവും പതയുമുള്ള സോപ്പുണ്ണി കണ്ണ് എരിയിക്കാനും മിടുക്കനാണെന്ന് ഔസുട്ടന് മനസ്സിലായി. ഔസുട്ടൻ ചിരിച്ചു കൊണ്ട് പറഞ്ഞു: "ഓഹോ, അതാണല്ലേ കാര്യം! ഞാനങ്ങ് പേടി ച്ചുപോയി. ഇനി കുളിക്കുമ്പോൾ കണ്ണിൽ സോപ്പുകയറാതെ ഞാൻ ശ്രദ്ധിച്ചോളാം! ഇക്കാര്യം അമ്മ നേരത്തെ പറഞ്ഞു തന്നി രുന്നെങ്കിൽ ഞാനിങ്ങനെ നിലവിളിക്കേണ്ടി വരുമായിരുന്നോ?"

അതുകേട്ട് ആലീസാമ്മയ്ക്ക് ചിരിവന്നു. പക്ഷേ, അവർ മറു പടി പറയാതെ അവിടെനിന്നും പോയി. അപ്പോൾ ഔസുട്ടൻ വെള്ളമൊഴിച്ച് സോപ്പുണ്ണിയെ കൈയിലെടുത്ത് മേലെല്ലാം തേച്ചു പതപ്പിച്ചു. പക്ഷേ, പത കണ്ടപ്പോൾ ഔസുട്ടന് പിന്നെയും രസം കയറി. അവൻ കഴിഞ്ഞതെല്ലാം മറന്ന് പത വാരിയെറിഞ്ഞ് പഞ്ഞി ഭൂതത്തെപ്പോലെ തുള്ളിച്ചാടാൻ തുടങ്ങി.

പെട്ടെന്ന്, ഔസുട്ടൻ 'ബ്ധിം!' എന്ന് ഒറ്റവീഴ്ച! ഔസുട്ടൻ പിന്നെയും ഉറക്കെ കരഞ്ഞു. ആലീസാമ്മ ഓടിവന്നപ്പോഴോ? ഔസുട്ടൻ 'ഔ...ഔ...' എന്ന് കരഞ്ഞുകൊണ്ട് നിലത്തു കിട ക്കുന്നു! ആലീസാമ്മ അവനെ പിടിച്ചെഴുന്നേല്പിച്ചു. എന്നിട്ടു കുളിപ്പിച്ചു തോർത്തിയിട്ട് പറഞ്ഞു: "കുളിക്കുന്ന നേരത്ത് തുള്ളി ച്ചാടി കളിക്കരുത്. അഴുക്കുകളയുന്ന സോപ്പുതന്നെ വഴുക്കി വീഴ്ത്താനും മിടുക്കനാ!"

നല്ല പതയും മണവുമുള്ള സോപ്പുണ്ണി വഴുക്കി വീഴ്ത്തു

നവനും കൂടിയാണെന്ന് ഔസുട്ടന് മനസ്സിലായി. ഔസുട്ടൻ ചിരിച്ചുകൊണ്ട് പറഞ്ഞു: "ങ്ഹ! അത് എനിക്കിപ്പോൾ മനസ്സി ലായി. ഇനി കുളിക്കുന്ന നേരത്ത് ഞാൻ തുള്ളിച്ചാടുകയേയില്ല. കുളിയുടെ പാഠങ്ങളെല്ലാം ഞാൻ പഠിച്ചു അമ്മേ!"

അതുകേട്ട് ആലീസാമ്മയ്ക്ക് ചിരിവന്നു. അവർ ഔസുട്ട നെയും കൂട്ടി അവിടെനിന്നും പോയി.

പിന്നെ എന്നും ഔസുട്ടൻ ഒറ്റയ്ക്കായി കുളി! കണ്ണിൽ പത യ്ക്കാതെയും കളിക്കാതെയും അഴുക്കു കളഞ്ഞ് കുളിക്കുന്ന ഔസുട്ടനെ കണ്ട് ആലീസാമ്മയ്ക്ക് സന്തോഷമായി.

ഒരുദിവസം ഔസുട്ടൻ കുളിക്കുന്നതിനിടയിൽ വീണ്ടും ഒരു നിലവിളി! കരച്ചിൽ കേട്ട് ആലീസാമ്മ ഓടിയെത്തി. "ഇനിയെന്താ ഔസുട്ടാ പ്രശ്നം?" , അവർ ചോദിച്ചു.

"അമ്മേ, സോപ്പുണ്ണിയെ കാണാനില്ല. ഞാനിവിടെയെല്ലാം നോക്കി. എവിടെപ്പോയെന്ന് ഒരു പിടിയുമില്ല."

അതുകേട്ടപ്പോൾ ആലീസാമ്മയ്ക്ക് ചിരിവന്നു. അവർ പറഞ്ഞു: "മോനേ, സോപ്പ് അലിഞ്ഞലിഞ്ഞ് തീർന്നുപോയതാ. നമുക്ക് വേറെ സോപ്പ് വാങ്ങിക്കാം!", അതുകേട്ടപ്പോൾ ഔസു ട്ടന് ആശ്വാസം തോന്നി. രോഗങ്ങൾ വരാതെ കാത്തുസൂക്ഷി ക്കുന്നത് സോപ്പുണ്ണിയുടെ നന്മയാണെന്ന് ഔസുട്ടന് മനസ്സി ലായി. ഔസുട്ടൻ തനിക്കുവേണ്ടി അലിഞ്ഞലിഞ്ഞില്ലാതായ സോപ്പുണ്ണിയെ നന്ദിയോടെ ഓർത്തുകൊണ്ട് കുളി തുടർന്നു.

11

ഹമ്മോ, തുള്ളപ്പൻ ഭൂതം!

പണ്ടുപണ്ട് ഉള്ളിയില്ലാക്കര എന്ന സ്ഥലത്ത് ഒരു ഉള്ളിക്ക ച്ചവടക്കാരൻ പാർത്തിരുന്നു. നാണു എന്നായിരുന്നു അയാളുടെ പേര്. പക്ഷേ, ആളുകൾ അയാളെ ഉള്ളിനാണു എന്നാണ് വിളി ച്ചിരുന്നത്.

ഉള്ളിനാണു ഉള്ളിമംഗലത്ത് പോയി ഉള്ളി വാങ്ങും. എന്നിട്ട് ഉള്ളിയില്ലാക്കരയിൽ വന്ന് വലിയ വിലയ്ക്ക് വില്ക്കും. അങ്ങനെ ഉള്ളിനാണു പണക്കാരനായി. അപ്പോൾ ഉള്ളിനാണുവിന് പാവ ങ്ങളോട് ഇഷ്ടവുമില്ലാതായി.

അന്നത്തെ ഉള്ളികൾക്കാകട്ടെ നല്ല വലുപ്പവും ഉള്ളുമുണ്ടാ യിരുന്നു. മാത്രമല്ല, ആളുകളെ കരയിക്കുന്ന സ്വഭാവമില്ലാത്ത ഉള്ളികൾക്ക്, പുറമെ ഒരു തൊലി മാത്രമേ ഉണ്ടായിരുന്നുള്ളൂ.

അങ്ങനെയിരിക്കെ ഒരുദിവസം വെള്ളിനേഴിയിലെ വെള്ളാ യിയപ്പൂപ്പൻ അതുവഴി വന്നു. എന്നിട്ട് ഉള്ളിനാണുവിനോട് പറഞ്ഞു:

"ഉള്ളിനാണു തന്നാലും
ഉള്ളിയൊരണ്ണം തന്നാലും!
ഉള്ളിമരുന്നുണ്ടാക്കാനായ്
ഉള്ളിയൊരണ്ണം തന്നാലും!"

പക്ഷേ, ഉള്ളിനാണുവുണ്ടോ പണമില്ലാതെവന്ന വെള്ളാ
യിയപ്പൂപ്പന് ഉള്ളികൊടുക്കുന്നു! വെള്ളായിയപ്പൂപ്പനെ ഉള്ളി
ഇല്ലെന്ന് പറഞ്ഞ് ഉള്ളിനാണു മടക്കിവിട്ടു.

ഉള്ളിനാണു അവരോടെല്ലാം ഉള്ളി ഇല്ലെന്ന് പറഞ്ഞത് അതു
വഴിവന്ന കിള്ളിമംഗലത്തെ തുള്ളൽക്കാരൻ നമ്പ്യാരച്ചൻ കേട്ടു.
ഉടനെ തുള്ളൽക്കാരൻ നമ്പ്യാരച്ചൻ ഉള്ളിനാണുവിനോട്
പറഞ്ഞു:

"ഉള്ളിനാണു പറയല്ലേ
ഉള്ളിയില്ലെന്ന് പറയല്ലേ!
ഉള്ളിയുള്ള നേരത്തും നീ
കള്ളമിങ്ങനെ പറയല്ലേ!"

അപ്പോൾ ഉള്ളിനാണുവിന് കോപം വന്നു. ഉള്ളിനാണു
തുള്ളൽക്കാരൻ നമ്പ്യാരച്ചനോട് പറഞ്ഞു:

"തുള്ളൽക്കാരാ പോയാട്ടെ
തുള്ളിച്ചാടാൻ പോയാട്ടെ!
ഉള്ളിക്കാര്യം നോക്കാതെ
തുള്ളിച്ചാടാൻ പോയാട്ടെ!"

എന്നിട്ട്, ഉള്ളിനാണു തുള്ളൽക്കാരൻ നമ്പ്യാരച്ചനെ ഒറ്റ ത്തള്ള്! പാവം, തുള്ളൽക്കാരൻ ചെന്നുവീണു. അവിടെനിന്ന് എഴുന്നേല്ക്കാൻ കഴിയാതെ പൊട്ടിക്കരയാനും തുടങ്ങി. അപ്പോൾ ഉള്ളിനാണു ഉറക്കെ പൊട്ടിച്ചിരിച്ചു.

പെട്ടെന്ന്, ഉള്ളിക്കൂമ്പാരത്തിന്റെ ഉള്ളിൽനിന്ന് ഒരു തുള്ള പ്പൻ ഭൂതം പുറത്തുചാടി. എന്നിട്ട്, വെള്ളിക്കണ്ണുരുട്ടി ഉള്ളിനാ ണുവിനോട് പറഞ്ഞു:

"തുള്ളൽക്കാരൻ നമ്പ്യാരച്ചനെ
തള്ളിയിട്ടോരുള്ളി നാണു
ഉള്ളി വില്ക്കാൻ കഴിയാതെ
ഉള്ളിയിൽനിന്നേ തുള്ളും നീ!"

പെട്ടെന്ന്, ഉള്ളിനാണുവിന്റെ തലയിൽ കുറെ ഉള്ളി വന്നു വീണു! മാത്രമല്ല, ഉള്ളിനാണു ഉള്ളിയിൽനിന്ന് തുള്ളാനും തുട ങ്ങി. അപ്പോൾ തുള്ളപ്പൻ ഭൂതം തുള്ളൽക്കാരൻ നമ്പ്യാരച്ച നെയും കൊണ്ട് മറഞ്ഞു. ഉള്ളിനാണു ഉറക്കെ കരഞ്ഞുകൊണ്ട് ഉള്ളിയിൽനിന്ന് തുള്ളുന്നതു കണ്ട് ഉള്ളിയില്ലാക്കരയിലെ ആളു കൾ ആർത്തുചിരിക്കാൻ തുടങ്ങി.

വെള്ളായിയപ്പൂപ്പനോടും വള്ളിയമ്മൂമ്മയോടും കള്ളംപറ ഞ്ഞതുകൊണ്ടും തുള്ളൽക്കാരൻ നമ്പ്യാരച്ചനെ പരിഹസിച്ച് ഉള്ളിക്കൂമ്പാരത്തിലേക്ക് തള്ളിയിട്ടതുകൊണ്ടുമാണ് ഇങ്ങനെ ഉള്ളിയിൽനിന്ന് തുള്ളേണ്ടിവന്നതെന്ന് ഉള്ളിനാണുവിന് മന സ്സിലായി. ഉള്ളിനാണു കരഞ്ഞുകൊണ്ട് ഉറക്കെ വിളിച്ചു പറഞ്ഞു:

"വെള്ളായിയപ്പൂപ്പാ മാപ്പുതരൂ
വള്ളിയമ്മൂമ്മേ മാപ്പുതരൂ!
തുള്ളൽക്കാരൻ നമ്പ്യാരച്ചോ
ഉള്ളിനാണുവിന് മാപ്പുതരൂ!"

പെട്ടെന്ന്, വെള്ളായിയപ്പൂപ്പനും വള്ളിയമ്മൂമ്മയും തുള്ളൽക്കാരൻ നമ്പ്യാരച്ചനും വീണ്ടും അങ്ങോട്ടുവന്നു. എന്നി ട്ട്, ഉള്ളിനാണുവിന് മാപ്പുകൊടുത്തു. പെട്ടെന്ന്, ഉള്ളിനാണു വിന്റെ തുള്ളലും നിന്നു!

എല്ലാവരും പോയപ്പോൾ ഉള്ളിനാണു കണ്ടതെന്താ
ണെന്നോ? തന്റെ തുള്ളലുകൊണ്ട് ഉള്ളിയെല്ലാം ചെറുതാവു
കയും ചതയുകയും ചെയ്തിരിക്കുന്നു! ഉള്ളിനാണുവിന് സങ്കട
മായി. ഉള്ളിനാണു ഓരോ ഉള്ളിയും കൈയിലെടുത്തുനോക്കി.
അപ്പോഴല്ലേ രസം! കുറേ തൊലിയല്ലാതെ ഉള്ളിയുടെ ഉള്ള്
കണ്ടെത്താൻ ഉള്ളിനാണുവിന് കഴിഞ്ഞില്ല. മാത്രമല്ല. ഉള്ളിയുടെ
ഉള്ളുതേടിയ ഉള്ളിനാണുവിന് കണ്ണുകൾ നീറാൻ തുടങ്ങി.
അപ്പോൾ, ഉള്ളിനാണു കണ്ണു തിരുമ്മി. ഉടനെ കണ്ണുകളുടെ
വേദന കൂടുകയും ഉറക്കെ പൊട്ടിക്കരയുകയും ചെയ്തു.

ഉള്ളിനാണുവിന്റെ ആളെ കരയിക്കുന്ന, ഉള്ളില്ലാത്ത ചെറിയ
ഉള്ളികണ്ട് ആളുകൾക്കെല്ലാം പേടിയായി. അവർ ഭൂതമുണ്ടെന്ന്
പറഞ്ഞ് ഉള്ളിനാണുവിന്റെ കൈയിൽനിന്ന് ഉള്ളി വാങ്ങാതാ
യി. അപ്പോൾ ഉള്ളിനാണുവിന് പിന്നെയും സങ്കടമായി.

ഒരുദിവസം വിഷമിച്ചിരിക്കുന്ന ഉള്ളിനാണുവിന്റെ മുന്നി
ലേക്ക് തുള്ളപ്പൻ ഭൂതം ചാടിവീണു. എന്നിട്ട് പറഞ്ഞു, "ഉള്ളി
നാണൂ, കള്ളനാണൂ നീ കള്ളം പറയാതെ നല്ലവനായി ജീവി
ച്ചാൽ നിന്റെ ഉള്ളിക്ക് ഗുണം കൂടും! മാത്രമല്ല, ആളുകൾ ഉള്ളി
വാങ്ങുകയും ചെയ്യും!" ഉള്ളിനാണു അതെല്ലാം സമ്മതിച്ചു.

അപ്പോൾ തുള്ളപ്പൻ ഭൂതം മറഞ്ഞു. ആളുകളാവട്ടെ ഉള്ളി
നാണുവിന്റെ കൈയിൽനിന്ന് ഉള്ളിവാങ്ങാനും തുടങ്ങി. ഉള്ളി
നാണു അവർക്കെല്ലാം മിതമായ വിലയ്ക്ക് ഉള്ളി വിറ്റ് നല്ലവ
നായി ജീവിച്ചു.

12
കുട്ടനുറുമ്പും കൂട്ടുകാരും

പണ്ടുപണ്ട് ഉറുമ്പന്നൂരിൽ കുറെ ഉറുമ്പുകൾ പാർത്തിരു
ന്നു. അക്കാലത്ത് ഉറുമ്പുകൾ ഒറ്റയ്ക്കാണ് തീറ്റ തേടിയിരുന്നത്.

അങ്ങനെയിരിക്കെ, ഒരുദിവസം കുട്ടൻ എന്നുപേരുള്ള ഒരു
ഉറുമ്പ് വിശന്നപ്പോൾ മാളത്തിൽനിന്നും പുറത്തിറങ്ങി നടക്കാൻ
തുടങ്ങി.

അങ്ങനെ നടക്കുമ്പോൾ കുട്ടനുറുമ്പിന് ഒരു അരിമണി കിട്ടി.
കുട്ടനുറുമ്പ് അരിമണിയും താങ്ങി മാളത്തിലേക്ക് വിഷമിച്ച് നട
ക്കുമ്പോഴാണ് തൊട്ടടുത്ത വാഴക്കുടപ്പനിൽനിന്നും തേനിന്റെ
മണം മൂക്കിലടിച്ചത്.

കുട്ടനുറുമ്പ് അരിമണി താഴെവെച്ച് വാഴയിൽ കയറി വയ
റുനിറയെ തേൻ കുടിച്ചു. എന്നിട്ട് തിരിച്ചു വന്നപ്പോഴേ? നില
ത്തുവെച്ച അരിമണി കണ്ടില്ല. കുട്ടനുറുമ്പ് ഉറക്കെ കരഞ്ഞു
കൊണ്ട് നാലുപാടും ഓടി.

അപ്പോൾ, വീണുകിടന്നിരുന്ന ഒരു പഴുക്കപ്ലാവില പറഞ്ഞു:
"കുട്ടനുറുമ്പേ, കുട്ടനുറുമ്പേ എന്റെ അടിയിലുണ്ട് നിന്റെ കാണാ
തായ അരിമണി!"

അതുകേട്ടപ്പോൾ കുട്ടനുറുമ്പിന് സന്തോഷമായി. എങ്കിലും
അവൻ പഴുക്കപ്ലാവിലയോട് ചോദിച്ചു: "പഴുക്കപ്ലാവിലേ, നീയെ
ന്തിനാ എന്റെ അരിമണിയുടെ മുകളിൽ വന്നുവീണത്?"

കുട്ടനുറുമ്പ് ചോദിച്ചതുകേട്ട് പഴുക്കപ്ലാവിലയ്ക്ക് ചിരിവ
ന്നു. എങ്കിലും പഴുക്കപ്ലാവില പറഞ്ഞു: "കുട്ടനുറുമ്പേ, കുട്ടനു
റുമ്പേ, എന്റെ കുറ്റമല്ല! ഈ കാട്ടുപ്ലാവ് കൊമ്പ് കുലുക്കിയതു
കൊണ്ടാണ് ഞാൻ അരിമണിയുടെ മുകളിൽ വന്നുവീണത്!"

അപ്പോൾ, കുട്ടനുറുമ്പ് കിഴക്കൻ കാറ്റിനോട് ചോദിച്ചു: "കിഴ
ക്കൻ കാറ്റേ, കിഴക്കൻ കാറ്റേ, നീയെന്തിനാ കാട്ടുപ്ലാവിന്റെ
കൊമ്പുകുലുക്കി പഴുക്കപ്ലാവില എന്റെ അരിമണിയുടെ മുക
ളിൽ വീഴ്ത്തിയത്?"

കുട്ടനുറുമ്പ് ചോദിച്ചതുകേട്ട് കിഴക്കൻ കാറ്റിന് ചിരിവന്നു.
എങ്കിലും കിഴക്കൻ കാറ്റ് പറഞ്ഞു: "കുട്ടനുറുമ്പേ, കുട്ടനുറുമ്പേ,
എന്റെ കുറ്റമല്ല! സൂര്യന്റെ ചൂടുകൊണ്ട് വായു പെട്ടെന്ന് മുകളി
ലേക്കുയർന്നു! അതുകൊണ്ടാണ് ഞാൻ പാഞ്ഞുവന്ന് കാട്ടുപ്ലാ
വിന്റെ കൊമ്പുകുലുക്കി പഴുക്കപ്ലാവില താഴെയിട്ടത്."

അപ്പോൾ കുട്ടനുറുമ്പ് സൂര്യനോട് ചോദിച്ചു: "സൂര്യാ,
സൂര്യാ, നീയെന്തിനാ വായു ചൂടുപിടിപ്പിച്ച് മുകളിലേക്കുയർത്തു

ന്നത്?" അതുകൊണ്ടല്ലേ കിഴക്കൻ കാറ്റ് പാഞ്ഞു വന്ന് കാട്ടുപ്ലാ വിന്റെ കൊമ്പുകുലുക്കി പഴുക്കപ്ലാവില എന്റെ അരിമണിയുടെ മുകളിൽ വീഴ്ത്തിയത്?"

കുട്ടനുറുമ്പ് ചോദിച്ചതുകേട്ട് സൂര്യന് ചിരിവന്നു. എങ്കിലും പറഞ്ഞു: "കുട്ടനുറുമ്പേ, കുട്ടനുറുമ്പേ, എന്റെ കുറ്റമല്ല! ദൈവ മാണ് എന്നെയിങ്ങനെ എരിയിക്കുന്നത്! അതുകൊണ്ടാണ് വായു ചൂടുപിടിച്ച് മുകളിലേക്കുയരുന്നതും കിഴക്കൻ കാറ്റ് പാഞ്ഞു വന്ന് കാട്ടുപ്ലാവിന്റെ കൊമ്പുകുലുക്കി പഴുക്കപ്ലാവില താഴെയി ടുന്നതും."

അപ്പോൾ, കുട്ടനുറുമ്പ്, ദൈവത്തെ നോക്കി. പക്ഷേ, ദൈവ ത്തിന്റെ പൊടിപോലും എങ്ങും കണ്ടില്ല. നിരാശനായ കുട്ടുനു റുമ്പ് അരിമണിയും താങ്ങി വളരെ വിഷമിച്ച് മാളത്തിലേക്ക് പോയി. എന്നിട്ട്, നടന്നതെല്ലാം കൂട്ടുകാരോട് പറഞ്ഞു.

അപ്പോൾ ഒരു ഉറുമ്പു കാരണവർ പറഞ്ഞു: "കുട്ടനുറുമ്പേ, കുട്ടനുറുമ്പേ, ഒറ്റയ്ക്ക് അന്വേഷിച്ചതുകൊണ്ടാണ് ദൈവത്തെ നീ കാണാതിരിക്കുന്നത്. അതിനാൽ കൂട്ടായി അന്വേഷിക്കണം!"

പിറ്റേന്ന്, കുട്ടനുറുമ്പ് കൂട്ടുകാരോടൊപ്പം മാളത്തിൽനിന്നി റങ്ങി വരിയായി നടക്കാൻ തുടങ്ങി. അപ്പോൾ അവരുടെ മന സ്സിൽ ദൈവത്തെ കാണണം എന്ന ചിന്ത മാത്രമാണ് ഉണ്ടായി രുന്നത്. അങ്ങനെ കുറേ നടന്നപ്പോൾ അവർക്ക് വല്ലാതെ വിശ ന്നു. ദൈവത്തെയാകട്ടെ കാണാനുമില്ല.

പെട്ടെന്ന്, അവർ മുന്നിൽ കുറേ ധാന്യമണികൾ കണ്ടു. കുട്ടനുറുമ്പും കൂട്ടുകാരും ദൈവത്തെ അന്വേഷിക്കുന്നത് നിർത്തി. എന്നിട്ട്, ധാന്യമണികളുമെടുത്ത് നേരെ മാളത്തിലേക്ക് മടങ്ങി. അങ്ങനെ കുട്ടനുറുമ്പും കൂട്ടുകാരും നിഷ്പ്രയാസം ധാന്യമണികൾ മാളത്തിലെത്തിച്ചു.

ദൈവത്തെ എങ്ങും കണ്ടില്ലെന്ന് പറഞ്ഞ കുട്ടനുറുമ്പിനോട് ഉറുമ്പ് കാരണവർ പറഞ്ഞു: "വിശന്നുവലഞ്ഞ നിങ്ങൾക്ക് ധാന്യമണികൾ സമ്മാനിച്ചത് മറ്റാരുമല്ല; നിങ്ങൾ അന്വേഷിച്ച ദൈവം തന്നെയാണ്!"

അതുകേട്ടപ്പോൾ കുട്ടനുറുമ്പിന് സന്തോഷമായി. അന്നു തൊട്ടാണത്രേ ഉറുമ്പുകൾ വരിവരിയായി നടന്ന് തീറ്റ തേടാൻ തുടങ്ങിയത്!

13

വില്ലൻ കുട്ടനും വില്ലൂരിപ്പാമ്പും

പണ്ടുപണ്ട്, വില്ലൂരെന്നൊരു നാട്ടിൽ വില്ലകത്തു വീട്ടിൽ വില്ലൻ കുട്ടൻ എന്നൊരു വികൃതിച്ചെക്കൻ ഉണ്ടായിരുന്നു.

ഒരുദിവസം വില്ലൻകുട്ടന്റെ വീട്ടുമുറ്റത്തെ മുല്ലച്ചെടികളെല്ലാം പൂത്തു.മുല്ല പൂത്ത വിവരമറിഞ്ഞ് പൂമാരൻ കാവിലെ പൊന്നി പ്പൂമ്പാറ്റയും കൂട്ടരും അവിടെ പറന്നെത്തി.

പൊന്നിയും ചങ്ങാതിമാരും മുല്ലച്ചെടിയിലിരുന്ന് തേൻ കുടി ക്കുന്നത് കണ്ടപ്പോൾ വില്ലൻ കുട്ടന് കലികയറി:

"അമ്പട പൊന്നീ ധിക്കാരീ,
എന്നുടെ മുല്ലയിതറിയാമോ?
വെക്കം പൊയ്ക്കോ അല്ലെന്നാൽ
തല്ലിയൊടിക്കും ചിറകുകൾ ഞാൻ!"

കണ്ണുരുട്ടിയുള്ള വില്ലൻകുട്ടന്റെ ഈ വിരട്ടൽ കേട്ടപ്പോൾ പാവം പൊന്നിപ്പൂമ്പാറ്റയ്ക്ക് പേടിയായി. അവൾ തലകുനിച്ചു കൊണ്ട് പറഞ്ഞു:

"വില്ലൻ കുട്ടാ ചങ്ങാതീ
അയ്യയ്യോ നീ തല്ലരുതേ!
പൂന്തേനിത്തിരിയുണ്ടിട്ട്
വേഗം ഞങ്ങൾ പൊയ്ക്കോളാം!"

എന്നാൽ മഹാ പോക്കിരിയായ വില്ലൻ കുട്ടനുണ്ടോ അതു കേൾക്കുന്നു? അവൻ തെങ്ങോലത്തുമ്പെടുത്ത് പൊന്നിപ്പൂമ്പ

റ്റയുടെയും ചങ്ങാതിമാരുടെയും നേർക്ക് ആഞ്ഞുവീശി! പാവം പൂമ്പാറ്റകൾ! അവരിൽ പലരും ചിറകൊടിഞ്ഞ് താഴെ വീണു!

അപ്പോഴാണ് കണ്ടാമശ്ശേരിയിലെ കണ്ടൻ വണ്ട് ചങ്ങാതിമാരെയും കൂട്ടി അങ്ങോട്ടുവന്നത്. മുല്ലപ്പന്തലിൽ കയറി ഇരിപ്പുറപ്പിച്ച അവരെ കണ്ടപ്പോൾ വില്ലൻ കുട്ടന് പിന്നെയും കലികയറി:

"അമ്പട കണ്ടാ ധിക്കാരീ
എന്നുടെ മുല്ലയിതറിയാമോ?
വേഗം പൊയ്ക്കോ, അല്ലെങ്കിൽ
തല്ലിയൊടിക്കും ചിറകുകൾ ഞാൻ!"

വില്ലൻകുട്ടന്റെ വിരട്ടൽ കേട്ട് പാവം കണ്ടൻ വണ്ട് പേടിച്ച് വിറച്ചു അവൻ താണു തൊഴുതുകൊണ്ട് പറഞ്ഞു:

"വില്ലൻകുട്ടാ ചങ്ങാതീ
അയ്യയ്യോ നീ തല്ലരുതേ!
പൂന്തേനിത്തിരിയുണ്ടിട്ട്
വേഗം ഞങ്ങൾ പൊയ്ക്കോളാം!"

എന്നാൽ വില്ലൻകുട്ടൻ അതു സമ്മതിച്ചില്ല. അവൻ തെങ്ങോലത്തുമ്പെടുത്ത് കണ്ടൻവണ്ടിന്റെയും ചങ്ങാതിമാരുടെയും നേർക്ക് ആഞ്ഞുവീശി. പാവം കണ്ടൻവണ്ടും ചങ്ങാതിമാരും. ചിറകൊടിഞ്ഞ് താഴെവീണു!

ഇതെല്ലാം കണ്ടുകൊണ്ട് കുറച്ചപ്പുറത്തെ ആഞ്ഞിലി മര
ച്ചോട്ടിൽ രണ്ടുപേർ ഇരിപ്പുണ്ടായിരുന്നു. നല്ലവരായ വില്ലൂരി
പ്പാമ്പും കുഞ്ഞൻ തേനീച്ചയും. "ശ്ശോ! എന്തൊരഹങ്കാരമാണ്
ഈ വില്ലൻ കുട്ടന്! ഇതിങ്ങനെ വിട്ടാൽ പറ്റില്ല!", അവർ തീരു
മാനിച്ചു.

അങ്ങനെ കുഞ്ഞൻ തേനീച്ചയും ചങ്ങാതിമാരും വില്ലൻകു
ട്ടന്റെ മുല്ലപ്പന്തലിലേക്ക് പറന്നുചെന്നു. കുഞ്ഞൻ തേനീച്ചയോടും
പതിവുപോലെ അവൻ തട്ടിക്കയറി. അതുകേൾക്കാതെ മുല്ലപ്പൂ
വിലിരുന്ന് തേൻ കുടിച്ച കുഞ്ഞൻ തേനീച്ചയെയും കൂട്ടരെയും
അടിച്ചോടിക്കാൻ വില്ലൻ കുട്ടൻ തെങ്ങോലത്തുമ്പ് കൈയിലെ
ടുത്തു.

അപ്പോഴല്ലേ രസം! കുഞ്ഞനും സംഘവും വില്ലൻ കുട്ടനു
നേരെ പാഞ്ഞുചെന്ന് അവനെ തുരുതുരാ കുത്താൻ തുടങ്ങി!

"അയ്യോ, അമ്മേ..." എന്നു നിലവിളിച്ചുകൊണ്ട് അവൻ അവി
ടെനിന്ന് ഓടി. ഓടിയോടി ഒരു കുളത്തിനടുത്തെത്തിയപ്പോഴാണ്
അവനൊരു ബുദ്ധി തോന്നിയത്: 'ഈ കുളത്തിൽ ചാടി രക്ഷ
പ്പെടാം!'

പക്ഷേ, അപ്പോഴാണ് വില്ലൻകുട്ടൻ ആ കാഴ്ച കണ്ടത്: കുള
ക്കടവിലതാ വില്ലൂരിപ്പാമ്പ് പത്തിയും വിടർത്തി നില്ക്കുന്നു!
കുളത്തിനുചുറ്റും പത്തി വിടർത്തി വില്ലൂരിപ്പാമ്പിന്റെ കൂട്ടുകാ
രുമുണ്ട്!

ഇനി ഒരടി മുന്നോട്ട് നീങ്ങിയാൽ വില്ലൂരിപ്പാമ്പിന്റെ
കൊത്തേറ്റ് കഥകഴിഞ്ഞതുതന്നെ! നിന്നിടത്തു നിന്നാലോ?
പിന്നിലെ തേനീച്ചപ്പടയുടെ കുത്തേറ്റാവും കഥ കഴിയുക. ജീവ
നിൽ കൊതിപൂണ്ട വില്ലൻകുട്ടൻ വില്ലൂരിപ്പാമ്പിന് മുന്നിൽ തൊഴു
തുവിറച്ചുകൊണ്ട് പറഞ്ഞു:

"നല്ലവനായൊരു വില്ലൂരീ,
ആരെയുമാരെയുമിനിമേലിൽ
ഇല്ലിനി ദ്രോഹിക്കില്ലാ ഞാൻ
എന്നുടെ തെറ്റിനു മാപ്പുതരൂ!"

വില്ലൻകുട്ടൻ തന്റെ തെറ്റു മനസ്സിലാക്കിയെന്നറിഞ്ഞപ്പോൾ
വില്ലൂരിപ്പാമ്പിനും കുഞ്ഞൻ തേനീച്ചയ്ക്കും സന്തോഷമായി.
അവർ വില്ലൻ കുട്ടന് മാപ്പുകൊടുത്തു.

14

കേമൻ നക്ഷത്രവും കുഞ്ഞു നക്ഷത്രങ്ങളും

പണ്ടുപണ്ട് ആകാശത്ത് കുറെ നക്ഷത്രങ്ങൾ പാർത്തി രുന്നു. അവയിൽ മഹാ അഹങ്കാരിയായ ഒരു നക്ഷത്രമുണ്ടായി രുന്നു. കേമൻ നക്ഷത്രം എന്നായിരുന്നു അവന്റെ പേര്!

അങ്ങനെയിരിക്കെ ഒരിക്കൽ കേമൻ നക്ഷത്രം കുഞ്ഞുന ക്ഷത്രങ്ങളെ പരിഹസിച്ചുകൊണ്ട് പറഞ്ഞു:

"എന്റെ വലുപ്പം നിങ്ങൾക്കില്ല
എന്റെ വെളിച്ചം നിങ്ങൾക്കില്ല!
അതിനാൽ എന്നുടെ ചാരത്ത്
നിങ്ങളിലാരും നിൽക്കേണ്ട!"

ഇതുകേട്ട് കുഞ്ഞു നക്ഷത്രങ്ങൾക്ക് സങ്കടമായി. ഉടനെ ഒരു വാൽനക്ഷത്രം അങ്ങോട്ടു വന്നുപറഞ്ഞു:

"വലുതാണെന്ന് കരുതീട്ട്
വീമ്പു പറയാതെ കേമാ നീ
കുഞ്ഞു നക്ഷത്രങ്ങൾ പാവങ്ങൾ
പക്ഷേ, അവർ നല്ല ചങ്ങാതിമാർ!"

എന്നാൽ കേമൻ നക്ഷത്രമുണ്ടോ അടങ്ങുന്നു? അവൻ വാൽനക്ഷത്രത്തെ പരിഹസിച്ചുകൊണ്ട് പറഞ്ഞു:

"വാൽനക്ഷത്രമേ പോയാട്ടെ

വാ തുറക്കാതെ പോയാട്ടെ!
നിന്നെക്കാണുന്നോർക്കെല്ലാം
വന്നിടുമല്ലോ ആപത്ത്!"

അപ്പോൾ വാൽനക്ഷത്രം വേഗം സ്ഥലംവിട്ടു. അതുകണ്ട് കേമൻ നക്ഷത്രത്തിന്റെ അഹങ്കാരം പിന്നെയും വർദ്ധിച്ചു. അവൻ ഉഗ്രമായി കത്തിജ്ജ്വലിക്കുന്നത് കണ്ട് കുഞ്ഞു നക്ഷത്ര ങ്ങൾക്ക് പേടിയായി. ഉടനെ അമ്പിളിയമ്മാവൻ അങ്ങോട്ടുവന്നു. എന്നിട്ട് കേമൻ നക്ഷത്രത്തോട് പറഞ്ഞു:

"വലുതാണെന്ന് കരുതീട്ട്
വീമ്പു പറയാതെ കേമാ നീ!
കുഞ്ഞു നക്ഷത്രങ്ങൾ പാവങ്ങൾ
പക്ഷേ, അവർ നല്ല ചങ്ങാതിമാർ!"

പക്ഷേ, അതു കേട്ടിട്ടും കേമൻ നക്ഷത്രത്തിന് മനസ്സ് മാറി യില്ല. കേമൻ നക്ഷത്രം അമ്പിളിയമ്മാവനെയും കണക്കിനു പരി ഹസിച്ചു. അപ്പോൾ അമ്പിളിയമ്മാവനും വേഗം സ്ഥലംവിട്ടു.

അതുകണ്ട് കേമൻ നക്ഷത്രത്തിന്റെ അഹങ്കാരം പിന്നെയും വർദ്ധിച്ചു. അവൻ ഉഗ്രമായി കത്തിജ്ജ്വലിക്കുന്നതു കണ്ട് കുഞ്ഞുനക്ഷത്രങ്ങൾ പേടിച്ച് കിടുകിടാ വിറച്ചു.

പെട്ടെന്ന് കേമൻ നക്ഷത്രത്തിന്റെ കരച്ചിൽ കേട്ട് കുഞ്ഞു നക്ഷത്രങ്ങൾ അമ്പരന്നു. കേമൻ നക്ഷത്രം കത്തിജ്ജ്വലിച്ച് കെട്ടു പോവുകയാണെന്ന് കുഞ്ഞുനക്ഷത്രങ്ങളുണ്ടോ അറിയുന്നു? അവർ നോക്കിനില്ക്കെ, കേമൻ നക്ഷത്രത്തിന്റെ പ്രകാശം കുറ ഞ്ഞു. അപ്പോൾ കേമൻ നക്ഷത്രം കരഞ്ഞുകൊണ്ട് കുഞ്ഞു നക്ഷത്രങ്ങളോട് പറഞ്ഞു:

"കുഞ്ഞു നക്ഷത്രങ്ങളേ മാപ്പുതരൂ
കേമൻ ചേട്ടന് മാപ്പുതരൂ!
അഹങ്കരിക്കില്ലാ ഇനിയൊട്ടും
പരിഹസിക്കില്ലാ ഇനിയൊട്ടും
പരിഹസിക്കില്ലാ ആരെയും!"

കേമൻ നക്ഷത്രത്തിന്റെ മനസ്സ് മാറിയതുകണ്ട് കുഞ്ഞുനക്ഷ ത്രങ്ങൾക്ക് സന്തോഷമായി. പക്ഷേ, അടുത്ത നിമിഷത്തിൽ കേമൻ നക്ഷത്രം പ്രകാശം കുറഞ്ഞ് ഒരു കരിക്കട്ടയായി മാറി. അതുകണ്ട് കുഞ്ഞു നക്ഷത്രങ്ങൾക്ക് സങ്കടമായി. അഹങ്കാര ത്തിനുള്ള ശിക്ഷയാണ് കേമൻ നക്ഷത്രത്തിന് കിട്ടിയിരിക്കുന്ന തെന്ന് കുഞ്ഞുനക്ഷത്രങ്ങൾക്ക് മനസ്സിലായി.

അങ്ങനെ കാലം കുറെ കഴിഞ്ഞു. അപ്പോൾ കുഞ്ഞു നക്ഷത്രങ്ങളുടെ അടുത്ത് ഒരു വെള്ളിനക്ഷത്രം മിന്നിത്തെ ളിഞ്ഞു! മാത്രമല്ല, മാലാഖമാർ പാടുന്ന ഒരു പാട്ടും കുഞ്ഞുനക്ഷ ത്രങ്ങൾ കേട്ടു. കുഞ്ഞു നക്ഷത്രങ്ങൾക്ക് അതിശയമായി. അവർ ഉടനെ വെള്ളിനക്ഷത്രത്തോട് ചോദിച്ചു:

"വെള്ളിവെളിച്ചം ചൊരിഞ്ഞു നില്ക്കും
വെള്ളി നക്ഷത്രമേ ചൊന്നാലും!
ഞങ്ങളിതുവരെ കാണാത്ത
സ്വർഗ്ഗത്തിൽ നിന്നോ വന്നൂ നീ?"

അപ്പോൾ വെള്ളിനക്ഷത്രം പുഞ്ചിരികൊണ്ട് പറഞ്ഞു:
"പണ്ടുപണ്ട് നിങ്ങടെ മുന്നിൽ

വീമ്പിളക്കിയ കേമൻ ഞാൻ
ഉണ്ണിയേശു പിറന്നൊരു നേരം
വെള്ളിനക്ഷത്രമായീ ഞാൻ!"

കുഞ്ഞു നക്ഷത്രങ്ങൾക്ക് സന്തോഷമായി. അവർ ദിവ്യപ്രഭ ചൊരിയുന്ന വെള്ളിനക്ഷത്രത്തെക്കണ്ട് കൈകൂപ്പി. എന്നാൽ, വെള്ളി നക്ഷത്രമാകട്ടെ ബെത്‌ലഹേമിലെ കാലിത്തൊഴുത്തിൽ ഉണ്ണിയേശു പിറന്ന അത്ഭുതവാർത്ത ലോകം മുഴുവൻ അറിയിച്ചു.

ആ വെള്ളി നക്ഷത്രത്തിന്റെ ഓർമ്മയ്ക്കാണത്രെ, ആളുകൾ ക്രിസ്തുമസിന് നക്ഷത്രവിളക്കുകൾ തെളിയിക്കുന്നത്!

15

കുട്ടൻ കാലങ്കോഴിയും വിട്ടിൽ അമ്മാവനും

പണ്ടുപണ്ട് കല്പാത്തിയിലെ കല്പകത്ത് കവലയിൽ ഒരു കൂറ്റൻ ആൽമരമുണ്ടായിരുന്നു. ആ ആൽമരത്തിന്റെ മുകളിൽ ഒരു അച്ഛൻ കാലങ്കോഴിയും അമ്മക്കാലങ്കോഴിയും കുട്ടൻ കാല ങ്കോഴിയും പാർത്തിരുന്നു.

അച്ഛൻ കാലങ്കോഴിയും അമ്മക്കാലങ്കോഴിയും വയസ്സു ചെന്ന വരായിരുന്നു. അതിനാൽ അവർ തീറ്റതേടാനൊന്നും പോകാറി ല്ല. പാവത്താനും പേടിത്തൊണ്ടനുമായ കുട്ടൻ കാലങ്കോഴിയാ കട്ടെ അച്ഛൻ കാലങ്കോഴിയെയും മുട്ടിയിരുമ്മിയിരിക്കും.

ഒരുദിവസം വൈകുന്നേരമായപ്പോൾ അച്ഛൻ കാലങ്കോഴിക്ക് വല്ലാത്ത വിശപ്പ്. ഉടനെ അച്ഛൻ കാലങ്കോഴി ഉറക്കം തൂങ്ങുന്ന കുട്ടൻ കാലങ്കോഴിയെ വിളിച്ചുണർത്തിയിട്ട് പറഞ്ഞു:

"കുട്ടാ കുട്ടാ കണ്ടില്ലേ?

വെട്ടം പോയത് കണ്ടില്ലേ?

'ടപ്പോ' ന്നൊന്ന് പറന്നിട്ട്

മുട്ടനൊരെലിയെ കൊണ്ടുവരൂ!"

പക്ഷേ, മടിയനായ കുട്ടൻ അതിനൊന്നും ചെവി കൊടു ത്തില്ല.

അപ്പോൾ അച്ഛൻ കുട്ടൻ കാലങ്കോഴിക്കിട്ട് ഒറ്റത്തട്ടു കൊടു ത്തു. അവൻ പറന്ന് പറന്ന് പാതായിലക്കര മനയ്ക്കലെ സർപ്പ

ക്കാവിൽ ചെന്നിരുന്നു. പേടിയും സങ്കടവുംമൂലം കുട്ടൻ കാല
ങ്കോഴി "ഹു വാ...ഹുവാ...ഹൂ...ഹൂ..."' എന്ന് ഉറക്കെ കരയാനും
തുടങ്ങി.

കുട്ടൻ കാലങ്കോഴിയുടെ കരച്ചിൽ മനയ്ക്കലെ പോതായൻ
നമ്പൂതിരി കേട്ടു. ഉടനെ പോതായൻ നമ്പൂതിരി മൂത്ത മകൻ
ഇട്ട്യാസുവിനോടു പറഞ്ഞു:

"ഇട്ട്യാസൂ നീ കേട്ടില്ലേ?
കാലങ്കോഴികൾ കൂവുന്നൂ
വെട്ടുകത്തിയെടുത്തിട്ട്
വെക്കമെടുപ്പിൽ വെച്ചാലും."

"എന്തിനാ അച്ഛാ വെട്ടുകത്തി അടുപ്പിൽ വെക്കുന്നത്?"
ഇട്ട്യാസു ചോദിച്ചു. അപ്പോൾ പോതായൻ നമ്പൂതിരി പറഞ്ഞു:

"കാലങ്കോഴികൾ കൂവിയാൽ ദുശ്ശകുനമാണ്. വെട്ടുകത്തി
യെടുത്ത് വീശിയാൽ അത് പേടിച്ച് സ്ഥലം വിട്ടോളും!"

സർപ്പക്കാവിൽ ഇരുന്നു കുട്ടൻ കാലങ്കോഴി ഇതെല്ലാം കേട്ടു.
അവൻ എങ്ങോട്ടെന്നില്ലാതെ പറക്കാൻ തുടങ്ങി. ഒടുവിൽ ഒരു
മരച്ചുവട്ടിലെത്തി.

പെട്ടെന്ന് ഒരു വിട്ടിലമ്മാവൻ വിറച്ച് വിറച്ച് അതുവഴി വന്നു.

വിട്ടിലമ്മാവൻ കുട്ടൻ കാലങ്കോഴിയോട് പറഞ്ഞു: "കുട്ടൻ കാല
ങ്കോഴീ, കുട്ടൻ കാലങ്കോഴീ, ഞാനൊരു മന്ത്രവാദിയപ്പൂപ്പനാണ്.
എന്നെ നീ വേഗം പിടിച്ചു തിന്നണം. കാലങ്കോഴികൾ തിന്നാലേ
ഞങ്ങൾക്ക് മോക്ഷം കിട്ടുകയുള്ളൂ."

വിട്ടിലമ്മാവൻ പറഞ്ഞതു കേട്ട് കുട്ടൻ കാലങ്കോഴിക്ക് അതി
ശയമായി. കുട്ടൻ കാലങ്കോഴി വിട്ടിലമ്മാവനോട് ചോദിച്ചു: "വിട്ടി
ലമ്മാവനെ തിന്നിട്ട് എനിക്കെന്താണ് ഗുണം?" അപ്പോൾ വിട്ടി
ലമ്മാവൻ പറഞ്ഞു:

"പേടിയെല്ലാം മാറീടും
മിടുമിടുക്കനാകും നീ
'പടപടാ' യെന്നു പറന്നിട്ട്
പിടിക്കും നീ ചെറു ജീവികളെ!"

കുട്ടൻ കാലങ്കോഴിക്ക് സന്തോഷമായി. അവൻ വേഗം വിട്ടി
ലമ്മാവനെ വെട്ടിവിഴുങ്ങി. അതിശയം എന്നേ പറയേണ്ടൂ!
പെട്ടെന്ന് കുട്ടൻ കാലങ്കോഴിയുടെ പേടിയെല്ലാം മാറി. അവൻ
'ഹു വാ...ഹുവാ..ഹൂ..ഹൂ...' എന്ന് കൂവിക്കൊണ്ട് ഒറ്റപ്പറക്കൽ.

അപ്പോഴതാ കുറെ പൊണ്ണനെലികൾ പേടിച്ച് പരക്കം പായു
ന്നു. കുട്ടൻ കാലങ്കോഴി 'റപ്പെ' ന്ന് പറന്ന് ഒരെണ്ണത്തെ പിടിച്ചു
തിന്നു. എന്നിട്ട് പൊണ്ണനെലികളെം അച്ഛൻ കാലങ്കോഴിക്കും
അമ്മക്കാലങ്കോഴിക്കും കൊണ്ടുവന്നു കൊടുക്കുകയും ചെയ്തു.
വിട്ടിലമ്മാവൻ പറഞ്ഞതുപോലെ കുട്ടൻ കാലങ്കോഴി പേടി മാറി
മിടുമിടുക്കനായതു കണ്ട് അച്ഛൻ കാലങ്കോഴിക്കും അമ്മ കാല
ങ്കോഴിക്കും സന്തോഷമായി.

അന്നു തൊട്ടാണത്രെ, കാലങ്കോഴികൾ വിട്ടിലുകളെ പിടിച്ചു
തിന്നാൻ തുടങ്ങിയത്.